ಸ್ಕೈಲೈನ್ ಪೀಪಲ್ಸ್ ಹೆವೆನ್ ಅಪಾರ್ಟ್ಮೆಂಟ್

ಫ್ಲಾಟ್ ಎ-123025: ಜೋಡಿ ಕೊಲೆಯ ಸುತ್ತ

D9900006

ಲೋಹಿತ್ ಶ್ರೀನಿವಾಸ

Ukiyoto Publishing

All global publishing rights are held by

Ukiyoto Publishing

Published in 2024

Content Copyright © Lohith Srinivasa

ISBN 9789362690715

www.ukiyoto.com

ಪರಿವಿಡಿ

ಲೇಖಕರ ಮಾತು

ಹೊಸ ಪಯಣ ಶುರುಮಾಡಿದ್ದೇನೆ..

ಪುಸ್ತಕದ ಹಾಳೆಗಳಲ್ಲಿ ಕಥೆ, ಕವಿತೆ ಬರೆಯುತ್ತಿದ್ದ ನಾನು, ಈಗ ನನ್ನಲ್ಲಿದ್ದ ಧೈರ್ಯವನ್ನೆಲ್ಲ ಒಟ್ಟುಗೂಡಿಸಿ ಅದನ್ನು ಪುಸ್ತಕ ರೂಪದಲ್ಲಿ ಹೊರ ತರಲು ಪ್ರಯತ್ನ ಮಾಡುತ್ತಿದ್ದೇನೆ.

ವಾಸ್ತವಿಕ ಕಥೆಗಳೇ ನನ್ನ ಬರವಣಿಗೆಯ ಜೀವಾಳ.

ಅದರ ಮೂಲಕ ಒಂದು ಸಂದೇಶ, ಉದ್ದೇಶ ತಿಳಿಸ ಬಯಸುವ ಇರಾದೆ ನನ್ನದು...

ಓದುಗ ಸ್ನೇಹಿತರು ನನ್ನ ಕಥೆಯನ್ನು ಆಯ್ದುಕೊಂಡಿದ್ದಕ್ಕೆ ಯಾವುದೇ ಬೇಸರವಾಗದು ಎಂದು ನಂಬುತ್ತ ನಿಮ್ಮ ಕೈಗೆ ಕಥೆಯನ್ನು ತಲುಪಿಸುತ್ತಿದ್ದೇನೆ.....

ಓದುತ್ತ ಒಂದೊಳ್ಳೆ ಅನುಭವ ಹೊಂದುತ್ತಿರೆಂದು ಭಾವಿಸಿದ್ದೇನೆ...

ಅರ್ಪಣೆ

ಬರವಣಿಗೆ ನನ್ನ ಪ್ರಿಯವಾದ ಹವ್ಯಾಸ...

ನನಗೆ ಚಿಕ್ಕ ವಯಸ್ಸಿಂದಲೂ, ಅದರಲ್ಲೂ ಕಾಲೇಜು ದಿನಗಳಲ್ಲಿ ನನ್ನ ಹಲವಾರು ಗುರುಗಳು...

ಅದರಲ್ಲೂ ಕನ್ನಡ ಪ್ರಾಧ್ಯಾಪಕರುಗಳು ಇದನ್ನು ಗುರುತಿಸಿ ಉತ್ತೇಜಿಸಿದರು, ಹಲವಾರು ಬರವಣಿಗೆ ಸ್ಪರ್ಧೆಗಳಲ್ಲಿ ಭಾಗವಹಿಸಲು ಪ್ರೇರೇಪಿಸಿದರು... ನನಗೆ ಹುರುಪು ನೀಡಿದರು, ಹಾಗಾಗಿ ಆ ನನ್ನ ಗುರುಗಳಿಗೆ...

ತಂದೆ ತಾಯಿಯಾದ **ಶ್ರೀ ಶ್ರೀನಿವಾಸ ಮೂರ್ತಿ ಕೆ.ಜಿ.** ಹಾಗೂ **ಶ್ರೀಮತಿ ಚಿತ್ರ ಶ್ರೀನಿವಾಸ** ಅವರ ಆಶೀರ್ವಾದದೊಂದಿಗೆ.

ಇವತ್ತು ನಾನೇನೇ ಆಗಿದ್ದರೂ ಅದು ಅವರಿಂದ... ಹಾಗಾಗಿ... ಅವರಿಗೆ...

ನನ್ನ ತಮ್ಮ **ಪ್ರತಾಪ್ ಶ್ರೀನಿವಾಸ** ಮತ್ತು ಅವನ ಧರ್ಮಪತ್ನಿ **ಐಶ್ವರ್ಯ**, ಇವರಿಬ್ಬರೂ ನನ್ನ ಆತ್ಮೀಯರು.. ನನ್ನ ಸೋಲು ಗೆಲುವುಗಳಲ್ಲಿ ನನ್ನೊಟ್ಟಿಗೆ ಇದ್ದವರು... ಅವರಿಗೆ....

ನನ್ನ ಜೀವಾಳ... ನನ್ನ ಪ್ರೀತಿಯ ಧರ್ಮಪತ್ನಿ
ನೇತ್ರ... ಸಮಾಧಾನ ಇರಲಿ.. ಎಚ್ಚರವಿರಲಿ..
ತಾಳ್ಮೆಯೇ ಪ್ರಧಾನ ಎನ್ನುತ್ತ ನನ್ನ ಪಕ್ಕ ಕೂತು
ನನ್ನ ಸಲಹಿದಾಕೆ.. ಸರಿ ತಪ್ಪುಗಳ ತಿದ್ದಿದಾಕೆ..

ನನ್ನ ಮೌನಗಳ ಸಹಿಸಿಕೊಂಡು ನನ್ನ
ಸಂಬಾಳಿಸಿದವಳಿಗೆ....

ನನ್ನುಸಿರು... ನನ್ನ ಪುಟಾಣಿ... **ಆಜ್ಞಾ**... ಮುದ್ದು
ಮಗಳ ನಗುವೇ ನನ್ನ ಅದಮ್ಯ ಚೇತನ... ಅವಳಿಗೆ...

ಅಸ್ವೀಕೃತಿ

ಈ ಕಥೆ ಕಾಲ್ಪನಿಕ ಸೃಷ್ಟಿ.

ಈ ಕಥೆಯಲ್ಲಿ ಬರುವ ಎಲ್ಲಾ ಪಾತ್ರ, ಪ್ರಕರಣ, ಹಗರಣ, ಎಲ್ಲವೂ ಒಂದು ಕಪೋಲ ಕಲ್ಪಿತ ನಿರೂಪಣೆ.

ಯಾವ ಪಾತ್ರವು, ಸನ್ನಿವೇಶವು, ಯಾರಿಗೂ ಸಂಬಂಧಿಸಿದ್ದಲ್ಲ..

ಹಾಗೇನಾದರೂ ಹೋಲಿಕೆ ಕಂಡರೆ.. ಅದು ಕೇವಲ ಕಾಕತಾಳೀಯ...

ಧನ್ಯವಾದಗಳು...

ಪ್ರಸಿದ್ಧ ಕಾದಂಬರಿಕಾರರಾದ ಶ್ರೀ **ಯತಿರಾಜ್ ವೀರಾಂಬುಧಿ** ಅವರಿಗೆ.

ನನ್ನ ಗುರುಗಳ ಸ್ಥಾನದಲ್ಲಿ ನಿಂತು, ತನ್ನ ಬಿಡುವಿಲ್ಲದ ಕೆಲಸದ ಒತ್ತಡ ನಡುವೆಯು ನನ್ನ ಕಾದಂಬರಿಯ ಸರಿ ತಪ್ಪುಗಳ ತಿದ್ದಿ ನನಗೆ ಪ್ರೋತ್ಸಾಹ ನೀಡಿದ್ದಾರೆ.

ಅವರಿಗೆ ತುಂಬು ಹೃದಯದ ಧನ್ಯವಾದಗಳು

ಪೀಠಿಕೆ

ಈ ಕಥೆಯ ಆಯಾಮ ಜನ್ಮ ತಾಳಿದ್ದೇ ಸೋಜಿಗ.

ನಮ್ಮ ಸುತ್ತಲೂ ನಡೆಯುವ, ನಡೆಯುತ್ತಿರುವ ಅಕ್ರಮ ಕಟ್ಟಡ ನಿರ್ಮಾಣ ಹಾಗೂ ಜನರಿಗೆ ಅದರಿಂದ ಆಗುತ್ತಿರುವ ತೊಂದರೆಗಳು ನಮಗೆ ಅದೆಷ್ಟೋ ತೆರನಾಗಿ ಕಾಣಸಿಗುತ್ತವೆ.

ಹಾಗಾಗಿ ಇಲ್ಲಿ ಅದೇ ಜೀವಾಳ...

ಹೀಗೂ ಇರಬಹುದು, ನಡೆಯಬಹುದು ಎಂದು ಕಾಲ್ಪನಿಕವಾಗಿ ಈ ಕಥೆಯ ಹೆಣೆದಿದ್ದೇನೆ....

ಪರ್ತ್‌ನಲ್ಲಿರುವ ಸಮರ್ಥ ತನ್ನ ತಂದೆ ತಾಯಿಯ ಕೊಲೆಯಾದ ವಿಷಯ ಕೇಳುತ್ತ, ತನ್ನ ಮುದ್ದು ಪ್ರೇಯಸಿ ಆಕಾಂಕ್ಷಳನ್ನು ಅದೇ ಕೊಲೆಗಳ ಆಪಾದನೆಯ ಮೇಲೆ ಬಂಧಿಸಿದ ಸುದ್ದಿ ಕೇಳಿ ದಿಗ್ಭ್ರಾಂತನಾದ.

ಕೊಲೆಯ ಸುದ್ದಿ ಕಾಡ್ಗಿಚ್ಚಿನಂತೆ ಹರಡಿದೆ...

ಜನರೆಲ್ಲರೂ ಸಮರ್ಥನ ಮನೆಯ ಮುಂದೆ ಸೇರಿದ್ದಾರೆ...

ಸಮರ್ಥ ಸತ್ಯವನ್ನು ಬೇಧಿಸಬೇಕಿದೆ... ಅವನ ಸುತ್ತ ಹತ್ತಾರು ಪ್ರಶ್ನೆಗಳಿವೆ...

ಬನ್ನಿ ಅವನ ಸತ್ಯ ಹುಡುಕುವ ಪ್ರಯತ್ನದಲ್ಲಿ ಜೊತೆಯಾಗೋಣ...

ಮುಂದೇನಾಗುತ್ತೆ ನೋಡೋಣ.

ಅಧ್ಯಾಯ ೧: ಭಿನ್ನ

ಆಸ್ಟ್ರೇಲಿಯಾದ   ಪರ್ತ್‌ನಲ್ಲಿ   ಮುಂಜಾನೆ.. ಕೊರೆಯುವ ಚಳಿಯಲಿ ಮುಸುಕು ಹಾಕಿಕೊಂಡು ಮಲಗಿರುವ   "ಸಮರ್ಥ್"   ನ   ಮೊಬೈಲ್ ಹೊಡೆದುಕೊಳ್ಳುತ್ತಿತ್ತು.

"ಗರ್.....ಗರ್....ಗರ್....."   ಎಂದು   ಬಿಡುವಿಲ್ಲದೆ ಹೊಡೆದುಕೊಳ್ಳುತ್ತ   ಜಾರುತ್ತಿತ್ತು   ಟೇಬಲ್ ಮೇಲಿಂದ.

"ವಿಕ್ಕಿ" ಕರೆ ಮಾಡಿದವನ ಹೆಸರು. "ಹಲೋ..." ಎಂದು ರಾಗವಾಗಿ ಹೇಳಿದ ಸಮರ್ಥ.

ಆ ಕಡೆಯಿಂದ ವಿಕ್ಕಿ "ಮಗಾ.. ಮೊದಲು ಟಿವಿ 24 ಚಾನಲ್ ಹಾಕು.. ಒಂದು ಅಪಾರ್ಟ್ಮೆಂಟ್ ಅಲ್ಲಿ ಡಬ್ಬಲ್ ಮರ್ಡರ್ ಅಂತೆ ಬೆಂಗಳೂರಿನಲ್ಲಿ.... ಯಾಕೋ ಭಯ ಆಗ್ತಿದೆ. ಅದು ನಿಮ್ ತಂದೆ ತಾಯಿ ಇರೋ ಜಾಗದಲ್ಲೆ...ಅದೂ ಅಲ್ದೆ.. ಸತ್ತವರು ನಿನ್ ಮನೆಯವರ ಥರ ಕಾಣ್ತಾಯಿದ್ದಾರೆ..." ಒಂದೇ ಉಸಿರಲ್ಲಿ ಮಾತು ಮುಗಿಸಿಬಿಟ್ಟ...

ಒಮ್ಮೆಲೆ ಗಾಬರಿಯಾದರೂ ... ಧೃತಿಗೆಡದೆ ಸಮರ್ಥ ಏನೂ ಮಾತಾಡದೆ.. ತನ್ನ ಕರೆಯನ್ನ ಮುಗಿಸಿ, ಹೋಗಿ ಟಿವಿ ಹಾಕಿ, ಟಿವಿ 24 ಆ್ಯಪ್ ಹಾಕಿದ.

ನ್ಯೂಸ್ ಹೀಗೆ ಪ್ರಸಾರವಾಗುತ್ತಿತ್ತು "ಬೆಂಗಳೂರಿನ ಸ್ಕೈಲೈನ್ ಪೀಪಲ್ಸ್ ಹೆವೆನ್ ಅಪಾರ್ಟ್ಮೆಂಟ್ ಅಲ್ಲಿ ಹಾಡು ಹಗಲೇ ಡಬ್ಬಲ್ ಮರ್ಡರ್... ಇಬ್ಬರನ್ನ ಭೀಕರವಾಗಿ ಕೊಚ್ಚಿ ಕೊಲೆ ಮಾಡಲಾಗಿದೆ.. ಕೊಲೆಯ ಆಪಾದನೆಯ ಮೇಲೆ 'ಆಕಾಂಕ್ಷ' ಎಂಬುವರನ್ನು ಪೋಲಿಸ್ ಅಧಿಕಾರಿಗಳು ವಶಕ್ಕೆ ತೆಗೆದುಕೊಂಡಿದ್ದಾರೆ...

ಈ ಬಗ್ಗೆ ಹೆಚ್ಚಿನ ಮಾಹಿತಿಗಾಗಿ ನಮ್ಮ ವರದಿಗಾರ ಚೇತನ್ ನಮ್ಮ ಜೊತೆ ಸಂಪರ್ಕದಲ್ಲಿದ್ದಾರೆ... ಚೇತನ್ ಹೇಳಿ.. ಅಲ್ಲಿ ಏನಾಗ್ತಾಯಿದೆ...!?" ಎಂದು ಸ್ಮಿತ ಜೋರು ದನಿಯಲ್ಲಿ ವಾರ್ತೆಯ ನಿರೂಪಣೆ ಮಾಡುತ್ತಿದ್ದಳು.

ಒಂದೆರೆಡು ಕ್ಷಣ ಬಿಟ್ಟು ಮಾತಾಡುವ ಚೇತನ್, "ಸ್ಮಿತ.. ಬೆಂಗಳೂರಿನ ಸ್ಕೈಲೈನ್ ಪೀಪಲ್ಸ್ ಹೆವೆನ್ ಅಪಾರ್ಟ್ಮೆಂಟ್ ಅಲ್ಲಿ ಇಂದು ನಸುಕಿನ ವೇಳೆ ಮೂರುವರೆ ಸುಮಾರಿಗೆ ವೃದ್ಧ ದಂಪತಿಗಳ ಕೊಲೆಯಾಗಿದೆ...

ಕೊಲೆಗೆ ನಿಖರವಾಗಿ ಕಾರಣ ತಿಳಿದುಬಂದಿಲ್ಲ.. ಜನರ ಮಾತುಗಳ ಪ್ರಕಾರ ಆಕೆ.. ಈ ಮನೆಯ ಸೊಸೆ ಆಗ್ಬೇಕಿತ್ತು.... ಆಕಾಂಕ್ಷ ಒಬ್ಬ ಅನಾಥೆ ಅಂತ ಕೇಳಿಬರ್ತಾಯಿದೆ. ಇವರ ಮಗ ಸಮರ್ಥ ಆಸ್ಟ್ರೇಲಿಯಾದಲ್ಲಿ ಕಳೆದ ಎರಡು ವರ್ಷದಿಂದ ನೆಲೆಸಿದ್ದಾನೆ..

ಇನ್ನೆರಡು ತಿಂಗಳಲ್ಲಿ ಇವರ ಮದುವೆ ಇತ್ತು... " ಒಂದೇ ಉಸಿರಲ್ಲಿ ತನ್ನ ಬಳಿಯಿದ್ದ ವಿಷಯ ಮುಟ್ಟಿಸಿಬಿಟ್ಟ.

ಮತ್ತೆ ಮಾತು ಮುಂದುವರೆಸಿ... "ಸಮರ್ಥ ಅವರಿಗೆ ವಾಟ್ಸ್ಯಾಪ್ ಮೂಲಕ ವಿಷಯ ತಿಳಿಸಿದ್ದಾರೆ.. ಆದರೆ ಇನ್ನೂ ವಿಷಯ ಅವರಿಗೆ ತಲುಪಿರುವಂತೆ ಕಾಣುತ್ತಿಲ್ಲ....

ಕರೆ ಮಾಡಿದ್ರೆ ಅವರಿಗೆ ಆ ಕರೆ ಸಿಕ್ತಾಯಿಲ್ಲ... " ಚೇತನ್ ಮಾತು ಮುಗಿಸುವಷ್ಟರಲ್ಲಿ ಸಮರ್ಥನ ಮೊಬೈಲ್ ಮತ್ತೆ ಹೊಡೆದುಕೊಳ್ಳುತ್ತಿತ್ತು.

ಪ್ರಸಾರವಾಗುತ್ತಿರುವ ವಾರ್ತೆಯ ನಡುವೆ ಕರೆ ಯಾರದೆಂದು ನೋಡದೆ ಹಾಗೆ ಸ್ವೀಕರಿಸಿ, ಗದ್ಗದಿತ ಧನಿಯಲ್ಲಿ "ಹಲೋ..." ಎಂದ ಸಮರ್ಥ. ಅವನ ಕಣ್ಣು ಹನಿಯ ನೀರು ಜಾರಿ ಅವನ ಕೆನ್ನೆ ಸವರುತ್ತಿತ್ತು.

"ಸಮರ್ಥ ಅವರೇ! ನಾವು ಜಯನಗರ ಪೋಲೀಸ್ ಸ್ಟೇಷನ್ ಇಂದ .. ಸಾರಿ.. ನಿಮ್ಮ ತಂದೆ ತಾಯಿದು ಕೊಲೆ ಆಗಿದೆ.. ತಾವು ಬಂದರೆ ಮುಂದಿನ ಫಾರ್ಮಾಲಿಟೀಸ್ ಮಾಡ್ಬಹುದು ನಾವು." ಇನ್ನೊಂದು ಕಡೆಯಿಂದ ಮಾತಾಡುವ ಸರ್ಕಲ್ ಇನ್ಸ್ಪೆಕ್ಟರ್ ದೇವರಾಜ್ ತನ್ನ ಮಾತು ಮುಗಿಸಿದ. ಏದುಸಿರು ಬಿಡುತ್ತ "ಬರ್ತಿದ್ದೀನಿ".... ಅಂತ ಹೇಳಿ ಕರೆ ಮುಗಿಸಿದ.

ಅಲ್ಲೇ ಇದ್ದ ತಲೆ ದಿಂಬನ್ನು ಒಮ್ಮೆಲೇ ಬಿಸಾಡಿ... ಜೋರಾಗಿ ಚೀರಿದ... ಸ್ನಾನ ಮಾಡುವಾಗ ಶವರ್ ಕೆಳಗೆ ನಿಂತರೂ ಬಿಕ್ಕಿ ಬಿಕ್ಕಿ ಚಿಕ್ಕ ಮಕ್ಕಳ ಹಾಗೆ ಅತ್ತ. ಹಿಂದಿನ ದಿನ ಇದ್ದ ತನ್ನ ಪ್ರೀತಿಯ ತಂದೆ ತಾಯಿ ಈಗಿಲ್ಲ... ಅದನ್ನು ನಂಬಲು ಸಾಧ್ಯವಾಗುತ್ತಿಲ್ಲ ಅವನಿಗೆ.

ಕೊಲೆ ಯಾಕಾಯಿತು.. ಹೇಗಾಯಿತು... ಎನ್ನುವ ಪ್ರಶ್ನೆ ಅವನ ಮನದಲ್ಲಿ ಉದ್ಭವಿಸಿದೆ... ತನ್ನ ಮುದ್ದು ಪ್ರಿಯತಮೆ ಈ ಕೊಲೆ ಮಾಡಲು ಸಾಧ್ಯವಿಲ್ಲ ಅಂತಲೂ ಅನಿಸಿದೆ.. ಅನಿಸುತ್ತಿದೆ ಅವನಿಗೆ...

ತಂದೆ ತಾಯಿಯನ್ನು ಕಳೆದುಕೊಂಡ ಅವನಿಗೆ ಈಗ ತನ್ನ ಭಾವೀ ಪತ್ನಿಯನ್ನು ಕೊಲೆಯ ಆಪಾದನೆಗಳಿಂದ ಮುಕ್ತಳಾಗಿ ಮಾಡಬೇಕಿದೆ.

ವಿಮಾನದ ಟಿಕೆಟ್ ಕಾಯ್ದಿರಿಸಿ, ಅಲ್ಲೆ ಟ್ಯಾಕ್ಸಿ ತೆಗೆದುಕೊಂಡು ವಿಮಾನ ನಿಲ್ದಾಣದ ಕಡೆಗೆ ಒಂದು ಕ್ಯಾಬ್ ಏರಿ ಹೊರಟ......

ಒಮ್ಮೆಲೆ ಕಣ್ಣು ಮುಚ್ಚಿದ.....

ಸಮರ್ಥನ ಮನೆಯ ಬಾಗಿಲಲ್ಲಿ ನಿಂತುಕೊಂಡ ಅವನ ಎದುರಲ್ಲಿ ಅವನ ತಂದೆ ಶಂಕರ, ತಾಯಿ ಲಕ್ಷ್ಮಿಯ ಜೊತೆ ಅವರಿಬ್ಬರ ಹೆಗಲ ಮೇಲೆ ಕೈ ಇರಿಸಿ ಇಬ್ಬರ ಮಧ್ಯೆ ನಿಂತ ಆಕಾಂಕ್ಷ...

ಸಮರ್ಥ "ಯಾಕ್ ಎಲ್ಲಾ ಹಿಂಗಿದ್ದೀರಿ.... ನಾನು ಆಸ್ಟ್ರೇಲಿಯಾಗೆ ಟ್ರಾನ್ಸಿಷನ್ ಅಂತ ಐದು ವರ್ಷ ಹೋಗ್ತಾಯಿರೋದು... ಬರ್ತೀನಿ... ಯೋಚಿಸ್ಬೇಡಿ.. ವಿಡಿಯೋ ಕಾಲ್ ಮಾಡ್ತಿರ್ತೀನಿ...." ಎಂದು ಪ್ರೀತಿ ತುಂಬಿದ ಮಾತುಗಳಾಡಿದ.

ಅಷ್ಟರಲ್ಲಿ ಕ್ಯಾಬ್ ಬಂದದ್ದು ಗಮನಿಸಿ... "ಸರಿ ನಾನ್ ಬರ್ತೀನಿ" ಅಂತ ಹೇಳಿ ಹೊರಡುವಾಗ... ಕೈ ಹಿಡಿದು ಆಕಾಂಕ್ಷ ಅವನ ನಿಲ್ಲಿಸಿ, ಒಮ್ಮೆಲೆ ಗಟ್ಟಿಯಾಗಿ ತಬ್ಬಿ ಹಿಡಿಯುತ್ತಾಳೆ... ಒಂದೆರಡು ಕ್ಷಣದ ನಂತರ.. "ಯೋಚಿಸ್ಬೇಡ,   ಅಪ್ಪ   ಅಮ್ಮನ್ನ   ನಾನ್ ನೋಡ್ಕೋತೀನಿ" ಎಂದಳು.

ಪ್ರಸ್ತುತ (ಇಂದು)

ಅಷ್ಟರಲ್ಲಿ ವಿಮಾನ ನಿಲ್ದಾಣ ತಲುಪುವ ಅವನ ಕಣ್ಣುಗಳು   ಒದ್ದೆಯಾದರೂ   ಅದನ್ನು ಒರೆಸಿಕೊಂಡು.. ತನ್ನ ಮೊಬೈಲ್ ತೆಗೆದುಕೊಂಡು ಬಾಲ್ಯದ ಗೆಳತಿ "ಪ್ರಣೀತ" ಳಿಗೆ ಕರೆ ಮಾಡಿದ.

"ಹಲೋ ನಾನ್ ಸಮರ್ಥ... ನಂಗೆ ಒಂದ್ ಸಹಾಯ ಬೇಕಿತ್ತು.." ಪ್ರಣೀತ ಉತ್ತರಿಸಲು ಕಾಯದೇ ತನ್ನ ಮಾತು ಮುಗಿಸಿದ.

"ಹೇಳು ಸಮರ್ಥ.. ವಿಷಯ ತಿಳಿತು... ಸಾರಿ.. ಏನ್ ಬೇಕು ಹೇಳು...." ವಿಷಯದ ಅರಿವಿದ್ದ ಪ್ರಣೀತ ಸಣ್ಣ ದನಿಯಲ್ಲಿ ಉತ್ತರಿಸಿದಳು.

"ನೀನು ಅರ್ಜೆಂಟಾಗಿ ಕೋರ್ಟ್ ಅಲ್ಲಿ ಬೇಲ್ ಅಪ್ಲೈ ಮಾಡು.. ಆಕಾಂಕ್ಷಾಗೆ...." ಥಟ್ ಅಂತ ತನಗೆ ಬೇಕಾದ ಸಹಾಯದ ಬೇಡಿಕೆ ಇಟ್ಟ.

ಆಶ್ಚರ್ಯಚಕಿತಳಾಗಿ "ಸಮರ್ಥ! ಅವಳೇ ನಿನ್ ತಂದೆ ತಾಯಿನ ಕೊಲೆ ಮಾಡಿರೋದು...." ಸ್ವಲ್ಪವೂ ಯೋಚಿಸದೇ ಹೇಳಿಬಿಟ್ಟಳು.

"ಸುಮ್ನೆ ನಾನ್ ಹೇಳ್ದಷ್ಟು ಮಾಡು... ನಿನ್ ಕೈಲಾದ್ರೆ... ಅವಳು ಅಕ್ಯೂಸ್ಡ್ ಅಷ್ಟೇ... ಇನ್ನೂ ಅಪರಾಧಿ ಅಂತ ತೀರ್ಮಾನಕ್ಕೆ ಬಂದಿಲ್ಲ.... ನನ್ನ ಪ್ರೀತಿ ಮೇಲೆ ನಂಬಿಕೆ ಇದೆ ನಂಗೆ... ಪ್ಲೀಸ್.... ಒಬ್ಬ ಲಾಯರ್ ಆಗಿ ನೀನ್ ಹೀಗೆ ಮಾತಾಡ್ಬಾರದು..." ಎಂದು ಒಮ್ಮೆಲೇ ಸಿಡುಕಿಬಿಟ್ಟ.

ತನ್ನ ಬಾಲ್ಯದ ಗೆಳೆಯನ ಮಾತಿನ ವರಸೆ ಸ್ವಲ್ಪ ಬೇಸರ ತಂದರೂ... ಅವನ ಭಾವನೆ ಅರ್ಥೈಸಿಕೊಂಡು "ಸರಿ... ಮಾಡ್ತೀನಿ.... ನೀನು ಯೋಚಿಸ್ಬೇಡ... ನಿನ್ನ ಪರಿಸ್ಥಿತಿ ಅರ್ಥ ಆಗತ್ತೆ... ಹುಷಾರು...." ಎಂದು ಸಮಾಧಾನದ ಮಾತುಗಳನ್ನ ಸಣ್ಣ ದನಿಯಲ್ಲಾಡಿದಳು.

ಅವಳ ಮಾತುಗಳ ಕೇಳಿ ತನ್ನ ತಪ್ಪಿನ ಅರಿವಾಗಿ "ಕ್ಷಮಿಸು.. ಪ್ರಣೀತ ಸಿಡುಕಿಬಿಟ್ಟೆ" ಎಂದು ಮೆಲ್ಲನೆ ನುಡಿದ ಸಮರ್ಥ.

ತನ್ನ ಹಣೆಯ ಬೆವರು ಒರೆಸುತ್ತ ಪ್ರಣೀತ "ನೇರ ಇಲ್ಲೇ ಬಾ..." ಎಂದಳು.

ಸಮರ್ಥ ವಿಮಾನ ನಿಲ್ದಾಣದಲ್ಲಿ ಬೋರ್ಡಿಂಗ್ ಕರೆ ಬಂದದ್ದು ಗಮನಿಸಿ "ಸರಿ... ಬರ್ತಿದ್ದೀನಿ.. ಅಜಯ್ ಇದಾನ.." ಎಂದು ಪ್ರಶ್ನಿಸಿದ.

ಪ್ರಣೀತ ಅಜಯ್ ಕಡೆಗೆ ತಿರುಗಿ ನೋಡಿ "ಹು ಇದಾರೆ... ಅವರು ಸ್ವಲ್ಪ ಶಾಕ್ ಆಗಿದ್ದಾರೆ..." ಎಂದಳು.

ಸಮರ್ಥ "ಸರಿ ನಾನ್ ಬರ್ತಾಯಿದ್ದೀನಿ...." ಎಂದು ತನ್ನ ಮಾತು ಮುಗಿಸಿದ...

ಅಧ್ಯಾಯ ೨: ಅಗಾಧ

ವಿಮಾನ ನಿಲ್ದಾಣದಿಂದ ಹೊರ ನಡೆದು ಬರುವ ಸಮರ್ಥನನ್ನ ಸ್ವಾಗತಿಸಲು... ಪ್ರಣೀತ ಹಾಗೂ ಅಜಯ್ ಕಾದಿದ್ದರು.

ಅಜಯ್ ಹಾಗೂ ಪ್ರಣೀತ ಒಬ್ಬರಾದ ಮೇಲೊಬ್ಬರಂತೆ ಸಮರ್ಥನನ್ನ ತಬ್ಬಿ "ಸಮಾಧಾನ ಮಾಡ್ಕೊ" ಎಂದು ಮೆಲ್ಲ ದನಿಯಲ್ಲಿ ಹೇಳಿದರು...

ಕಣ್ಣ ಹನಿಗಳ ಒರೆಸಿಕೊಂಡ ಸಮರ್ಥ, ಮರುಕ್ಷಣವೇ "ಬೇಲ್ ರೆಡಿ ಇದ್ಯಾ" ಎಂದು ಪ್ರಶ್ನಿಸಿದ.

"ಪೋಲೀಸ್ನವರು ಚಾರ್ಜ್ ಶೀಟ್ ಹಾಕಿದ್ದಾರೆ.. ನಾಳೆ ಕೋರ್ಟ್ಗೆ ಪ್ರೊಡ್ಯೂಸ್ ಮಾಡ್ತಾರೆ.. ಅಲ್ಲಿ ನಾನು ಜಾಮೀನ್ ಕೇಳ್ತೀನಿ.. ಅರ್ಜಿ ಹಾಕಿದ್ದೀನಿ" ಎಂದು ಆಗಿದ್ದ ಬೆಳವಣಿಗೆಗಳ ವಿಷಯ ಮುಟ್ಟಿಸಿದಳು ಪ್ರಣೀತ.

"ಏನ್ ಮಾತಾಡ್ತಾ ಇದ್ಯ ಪ್ರಣೀತ.. ನಮ್ಮ ದೇಶದ ಜ್ಯೂಡಿಶಿಯರಿಲಿ ಒಬ್ಬ ಸಿ.ಎಂ. ಆಗ್ಬಾರ್ದು ಅಂತ ಮಧ್ಯರಾತ್ರಿಲಿ ಕೋರ್ಟ್ ಬಾಗಿಲು ತಟ್ಟಿ ವಾದ ಮಾಡೋಕಾಗುತ್ತೆ! ಅದೇ ಒಬ್ಬ ನಿರಪರಾಧಿಗೆ

ಜಾಮೀನ್ ಸಿಗಲ್ವಾ!?" ಅವಳ ಮಾತಿಗೆ ಥಟ್ ಅಂತ ಒಂದೇ ಉಸಿರಲ್ಲಿ ರೇಗಿಬಿಟ್ಟ ಸಮರ್ಥ

"ಸಮರ್ಥ.. ಸಮಾಧಾನ ಮಾಡ್ಕೊ.. ನೋಡು ನಾಳೆ ಆಕಾಂಕ್ಷಾಗೆ ಜಾಮೀನು ಸಿಗುತ್ತೆ... ಯೋಚಿಸ್ಬೇಡ... ಮೊದ್ಲು ಹೋಗಿ ಅಪ್ಪ ಅಮ್ಮನ ಮುಖ ಕೊನೆ ಸಲಿ ನೋಡಿ ಅವರ ಕಾರ್ಯ ಮುಗ್ಸು ಈಗಾಗಲೇ ಎರಡು ದಿನ ಆಗಿದೆ ಅವ್ರು ಸಾವಾಗಿ." ಭರವಸೆಯ ಮಾತುಗಳನ್ನಾಡುತ್ತ, ವಾಸ್ತವದ ಕನ್ನಡಿ ಹಿಡಿದ ಅಜಯ್.

ಅಜಯ್ನ ಮಾತುಗಳು ಕೇಳಿ ಸಮರ್ಥ ಒಮ್ಮೆಲೇ ನಿರುತ್ತರನಾದ. ಇಲ್ಲಿಯವರೆಗೂ ಅವನ ಮನಸ್ಸಿನಲ್ಲಿನ ತಳಮಳ ಯಾರಿಗೂ ಹೇಳಿಕೊಂಡಿರಲಿಲ್ಲ. ಅವನ ಪರಿಸ್ಥಿತಿ ಕತ್ತಿಯ ಮೇಲಿದ್ದ ಹಾಗಿತ್ತು. ಅವನ ಹೆತ್ತವರ ಸಾವು ಒಂದೆಡೆಯಾದರೆ, ಅವನ ಭಾವೀ ಪತ್ನಿಯನ್ನು ಅವರ ಕೊಲೆಯ ಆಪಾದನೆ ಮೇಲೆ ಬಂಧಿಸಿದ ಸುದ್ದಿ ಮತ್ತೊಂದೆಡೆ.

ಹೀಗಿರುವಾಗ ಅವನು ಒಂದು ನಿರ್ಧಾರ ಮಾಡಿದ್ದ. ಆಗಿದ್ದು ಆಗಿದೆ, ತಂದೆ ತಾಯಿಯನ್ನ ವಾಪಸ್ಸು ತರಲಾಗಲ್ಲ. ಆದ್ರೆ ಮುದ್ದಿನ ಗೆಳತಿಯನ್ನಾದರೂ ಕಾಪಾಡಬೇಕೆಂದು ನಿರ್ಧರಿಸಿದ. ಆದರೆ ಆಗಾಗ ಅವನು ಮನಸ್ಸಿನಲ್ಲೆ ಮಾಸದ ಗಾಯದ ಹಾಗಿರುವ

ಅವನ ಹೆತ್ತವರ ಅಗಲಿಕೆಯ ನೋವು ಅವನ ಕಣ್ಣನ್ನು ತೇವ ಮಾಡುತ್ತಲೇ ಇತ್ತು.

ವಿಮಾನ ನಿಲ್ದಾಣದಿಂದ ನೇರವಾಗಿ ಶವಾಗಾರಕ್ಕೆ ಹೋಗಿ, ಪೋಲಿಸ್ ದಾಖಲೆಗಳಿಗೆ ಸಹಿ ಹಾಕಿ ಸಮರ್ಥ ಅವರ ಪಾರ್ಥಿವ ಶರೀರವನ್ನ ತೆಗೆದುಕೊಂಡು ಒಂದು ಸ್ಮಶಾನದಲ್ಲಿ ಅಂತ್ಯಕ್ರಿಯೆ ಮಾಡಿ ಮುಗಿಸಿದ.

ಅವನ ಹೆತ್ತವರ ಪಾರ್ಥೀವ ಶವಕ್ಕೆ ಕೊಳ್ಳಿ ಇಡುವಾಗ ಅವನ ಆಕ್ರಂದನ ಹೇಳತೀರದ ಎತ್ತರ ತಲುಪಿತ್ತು. ಅಲ್ಲೇ ಕುಸಿದ.. ಈ ಘಟನೆಗೆ ಸಾಕ್ಷಿಯಾಗಿ ಅಜಯ್ ಇದ್ದ. ತನ್ನ ಬಾಲ್ಯದ ಗೆಳೆಯನನ್ನು ಸಮಾಧಾನ ಮಾಡುವ ವಿಧಾನ ಈಗವನಿಗೆ ತಿಳಿದಿರಲಿಲ್ಲ. ಆ ಪರಿಸ್ಥಿತಿಯೇ ಅಂತಹದ್ದು.

ಸಂಜೆ ಹೊತ್ತಿಗೆ ಕಾರ್ಯ ಮುಗಿಸಿ ಅಲ್ಲಿಂದ ಆಕಾಂಕ್ಷಳನ್ನು ನೋಡಲು ಪ್ರಣೀತ ಹಾಗೂ ಅಜಯ್ ಜೊತೆಗೆ ಕಾರಲ್ಲಿ ಸಮರ್ಥ ಹೊರಟ. ಒಮ್ಮೆಲೆ ನಿದ್ರೆಗೆ ಜಾರಿದ.

ಒಮ್ಮೆಲೆ ಕಣ್ಣು ಮುಚ್ಚಿದ....

ಒಂದು ಪಾರ್ಕ್ ನಲ್ಲಿ ಕೈಹಿಡಿದುಕೊಂಡು ಸಮರ್ಥ ಹಾಗೂ ಆಕಾಂಕ್ಷ ಬರುತ್ತಿದ್ದರು.

"ಸಮರ್ಥ್, ಒಂದು ಮಾತು... ಅಕಸ್ಮಾತ್ ಅಪ್ಪ ಅಮ್ಮ ನಿನ್ ಪ್ರೀತಿಗೆ ಒಪ್ದೆ ಇದ್ರೆ!?".. ಎಂದು ಸಮರ್ಥನ ಕಡೆ ತಿರಗಿ ಕುತೂಹಲದ ಪ್ರಶ್ನೆಯನ್ನು ಕೇಳಿದಳು ಆಕಾಂಕ್ಷ.

ಒಮ್ಮೆಲೇ ಜೋರಾಗಿ ನಗುತ್ತ... "ನನ್ನಪ್ಪ ಅಮ್ಮ ನಾನ್ ಯಾರ್ನಾದ್ರೂ ಕರ್ಕೊಂಡು ಬಂದ್ರೆ ಸಾಕು ಅಂತ ಕಾಯ್ತಾ ಇದ್ದಾರೆ.. ಡೋಂಟ್ ವರಿ..." ಎಂದು ಭರವಸೆಯ ಮಾತು ಹೇಳಿದ ಸಮರ್ಥ.

ಆಕಾಂಕ್ಷ ಅವನ ಹೆಗಲಿಗೆ ಒರಗಿದಳು.

***ಪ್ರಸ್ತುತ* (ಇಂದು)**

ಸಮರ್ಥ ಕಣ್ಣು ತೆರೆದಾಗ, ಪ್ರಣೀತ ಕಾರನ್ನು ಜಯನಗರದ ಪೋಲಿಸ್ ಠಾಣೆಯ ಮುಂದೆ ನಿಲ್ಲಿಸಿದ್ದಳು.

ಅಲ್ಲೇ ಇದ್ದ ಕಾನ್ಸಟೇಬಲ್ ನನ್ನು ಅವಸರದಿಂದ ಕೇಳಿದ ಸಮರ್ಥ "ಡಬ್ಬಲ್ ಮರ್ಡರ್ ಕೇಸ್ನಲ್ಲಿ ಅರೆಸ್ಟ್ ಆಗಿರೋ ಆಕಾಂಕ್ಷ ಎಲ್ಲಿ!?"

ಪೇದೆ ಸೆಲ್ ನಂಬರ್ ಹೇಳುತ್ತಿದ್ದಂತೆ, ಅಲ್ಲಿಗೆ ಹೋಗಿ ಆಕಾಂಕ್ಷಾಳ ಹತ್ತಿರ ಮಾತಾಡಲು ಶುರುಮಾಡಿದ.

ತುಸು ದೂರವೇ ಇದ್ದ ಪ್ರಣೀತ ಹಾಗೂ ಅಜಯ್‌ಗೆ ಮೆಲುದನಿಯಲ್ಲಿನ ಅವರ ಮಾತುಗಳು ಕೇಳಿಸುತ್ತಿರಲಿಲ್ಲ.
"ಯೋಚನೆ ಮಾಡ್ಬೇಡ... ನಾನು ಎಲ್ಲ ರೀತಿಯ ಪ್ರಯತ್ನ ಮಾಡ್ತೀನಿ... ನಿನಗೆ ನಾಳೆ ಜಾಮೀನು ಸಿಗುತ್ತೆ... ನಾನಿದ್ದೀನಿ" ಎಂದು ತನ್ನ ಪ್ರೇಯಸಿಗೆ ಸಾಂತ್ವನ ನೀಡಿ, ಅವಳ ಕೈಗೆ ಮುತ್ತನಿಟ್ಟು ಹೊರಟ..

ಕೆದರಿದ ಕೂದಲ ಹಿಂದೆ ಸರಿಸಿದ ಆಕಾಂಕ್ಷ ಕಣ್ಣೊರೆಸಿಕೊಂಡು ನಿಂತಳು.

ಠಾಣೆಯಿಂದ ಕಾರಿನಲ್ಲಿ ಪ್ರಣೀತ ಹಾಗೂ ಅಜಯ್ ಜೊತೆಯಲ್ಲಿ ಬರುವಾಗ ಸಮರ್ಥ ಪ್ರಣೀತಾಳ ಬಳಿ ಕೇಳಿದ "ಪ್ರಣೀತ ಈ ಕೇಸ್ ಬಗ್ಗೆ ಏನೇನ್ ಗೊತ್ತು ಎಲ್ಲಾ ಹೇಳು ಪ್ಲೀಸ್"

"ಪೋಸ್ಟ್ ಮಾರ್ಟಮ್ ರಿಪೋರ್ಟ್ ನಲ್ಲಿ ಅವರ ಕೊಲೆ ಸಂಜೆ ಸುಮಾರು ಆರುವರೆಗೆ ಆಗಿದೆ ಅಂತಿದೆ... ಅವರ ತಲೆಗೆ ಹಿಂದಿನಿಂದ ಬಲವಾದ ವಸ್ತು ಇಂದ ಪೆಟ್ಟು ಬಿದ್ದಿದೆ. ಮೋಸ್ಟ್ಲೀ ಒಂದು ದಪ್ಪ ರಾಡ್ ಅನ್ಸತ್ತೆ, ಮತ್ತೆ ಎದೆ ಭಾಗಕ್ಕೆ ಚಾಕು ಇಂದ ಚುಚ್ಚಿದ್ದಾರೆ... ಅವರ ಕತ್ತುಗಳನ್ನ ಸೀಳಿದ್ದಾರೆ...." ಎಂದು ತಾನು ತಿಳಿದ ವಿಷಯ ವಿವರವಾಗಿ ಹೇಳಿದ ಅಜಯ್.

ಸಮರ್ಥ ಅಜಯ್ ನ ಮಾತನ್ನು ತಡೆದು "ಇರು.. ಏನಂದೆ? ಪೋಸ್ಟ್ ಮಾರ್ಟಮ್ ರಿಪೋರ್ಟ್ ಅಲ್ಲಿ ಸಂಜೆ ಆರುವರೆಗೆ ಅಂತಿದ್ಯ.. ಮತ್ತೆ ನ್ಯೂಸ್ ಅಲ್ಲಿ ಬೆಳಗ್ಗೆ ಮೂರುವರೆ ಸುಮಾರಿಗೆ ಅಂದ್ರು?" ತನ್ನ ನೆನಪಿನ ಬುತ್ತಿಯಲ್ಲಿದ್ದ ವಿಷಯ ಹೊರಗೆಡವಿದ.

ಇವರಿಬ್ಬರ ಮಾತಿನ ನಡುವೆ ಪ್ರಣೀತ ಫೈಲ್ಗಳ ತಿರುವಿ ಹಾಕಿ ತನ್ನ ಕೌತುಕ ಹೊರಗೆಡವಿದಳು "ಹೌದು.. ಚಾರ್ಜ್ ಶೀಟಲ್ಲಿ ಬೆಳಗಿನ ಜಾವ ಮೂರುವರೆ ಅಂತಿದೆ.. ಆದ್ರೆ ಪೋಸ್ಟ್ಮಾರ್ಟಮ್ ರಿಪೋರ್ಟ್ ನಲ್ಲಿ ಆರುವರೆ ಸಂಜೆ ಅಂತಿದೆ..."

ಪ್ರಣೀತಾಳಿಗೆ ಈ ಬಲವಾದ ವ್ಯತ್ಯಾಸವನ್ನು ಒಂದು ಕಡೆ ಗುರುತು ಮಾಡಿಕೊಳ್ಳಲು ಹೇಳಿದ ಸಮರ್ಥ.

ತಲೆ ಕೂದಲ ಹಿಂದಕ್ಕೆ ಸರಿಸುತ್ತ ಮಾತು ಮುಂದುವರೆಸಿದ ಅಜಯ್.. "ಇನ್ನೊಂದು ಯೂನೀಕ್ ವಿಷಯ ಏನಂದ್ರೆ ಈ ಎರಡೂ ಕೊಲೆಗಳು ಒಂದೇ ರೀತಿ ಇದೆ... ವ್ಯತ್ಯಾಸ ಇಷ್ಟೇ... ಅಪ್ಪನಿಗೆ ಎಡಗಡೆ ಎದೆಗೆ, ಅಮ್ಮನಿಗೆ ಬಲಗಡೆ ಎದೆಗೆ ಚುಚ್ಚಿದ್ದಾರೆ..." ಎಂದ.

ಪ್ರಣೀತ ಮಧ್ಯದಲ್ಲಿ ಮಾತು ಹರಿಸಿ... "ಆಕಾಂಕ್ಷ ತಲೆ, ಅಂದ್ರೆ ಹಣೆ ಮೇಲೆ, ಅವಳ ಕತ್ತಿಂದ ಹೊಟ್ಟೆವರ್ಗು ಬಟ್ಟೆಮೇಲೆ ರಕ್ತ... ಅವಳ ಕೈಗಳು ರಕ್ತದಲ್ಲಿ ಅದ್ದಿ

ತೆಗೆದ್ಹಂಗಿತ್ತು..." ಎಂದಳು.. ಈ ವಿವರಣೆ ಕೊಲೆಗಳು ಎಷ್ಟು ಬೀಭತ್ಸವಾಗಿತ್ತೆಂದು ಹೇಳುತ್ತಿತ್ತು.

ಇತ್ತ ಕಾರ್ ಡ್ರೈವ್ ಮಾಡುತ್ತಿದ್ದ ಸಮರ್ಥ... "ಸ್ವಲ್ಪ ಯೋಚನೆ ಮಾಡ್ರಿ ಇಬ್ರೂ... ತಲೆಗೆ ಹಿಂದಿಂದ ಹೊಡೆದು, ಕತ್ತು ಸೀಳಿ, ಎದೆ ಬಗೆಯೋದು.. ಇದು ಒಂಟಿ ಹೆಂಗ್ಸು ಒಂದೇ ಟೈಮಲ್ಲಿ ಇಬ್ಬರಿಗೆ ಮಾಡಕ್ಕೆ ಸಾಧ್ಯಾನ... ಚಾನ್ಸೇ ಇಲ್ಲಾ... ಇದು ಖಂಡಿತ ಒಬ್ಬರ ಕೆಲ್ಸ ಅಲ್ಲ...." ತನ್ನ ಅನುಮಾನ ಮತ್ತು ಯೋಚಿಸಬೇಕಾದ ವಿಷಯ ಹೇಳಿದ.

ಮಾತು ಮುಂದುವರೆಸಿ "ಇನ್ನೊಂದು ಯಾರಿಗೂ ಗೊತ್ತಿಲ್ದೆ ಇರೋ ವಿಷ್ಯ ಹೇಳ್ತೀನಿ .... ಆಕಾಂಕ್ಷ ನೀನ್ ಹೇಳಿದ್ಹಾಗೆ ಸಂಜೆ ಆರುವರೆಗೆ ಅಲ್ಲಿರ್ಲೇ ಇಲ್ಲ.... ನೀನ್ ಹೇಳಿದ್ದು ಸಂಜೆ ಆರುವರೆ... ಅಂದ್ರೆ ಪರ್ಥ್ ಅಲ್ಲಿ ರಾತ್ರಿ ಒಂಬತ್ ಗಂಟೆ.... ಆಗ ನಾವಿಬ್ರೂ ವಿಡಿಯೊ ಕಾಲ್ ಅಲ್ಲಿದ್ವಿ... ನನ್ ಜೊತೆಲಿ ಕಾಲ್ನಲ್ಲಿದ್ದಳು ಅದೇ ಟೈಂ ಗೆ ಕೊಲೆ ಮಾಡೋಕೆ ಅದರಲ್ಲೂ ಡಬ್ಬಲ್ ಮರ್ಡರ್... ಸಾಧ್ಯಾನೇ ಇಲ್ಲ..." ಭರವಸೆಯಿಂದ ಹೇಳಿದ.

ಹಿಂದೆ ತಿರುಗಿ "ಪ್ರಣೀತ! ಅಪಾರ್ಟ್ಮೆಂಟ್ ಅಲ್ಲಿ ಏನ್ ಹೇಳ್ತಾರೆ....!?" ಎಂದು ಪ್ರಶ್ನಿಸಿದ ಸಮರ್ಥ.

"ಇದೇ ಇಲ್ಲಿ ಇನ್ನೊಂದು ಕನ್ಫ್ಯೂಸಿಂಗ್ ಪಾರ್ಟ್... ಅಲ್ಲಿ ಯಾರು ಐ ವಿಟ್ನೆಸ್ ಇಲ್ಲ..." ಅಂತ

ಪ್ರಿಲಿಮಿನರಿ ಇನ್ವೆಸ್ಟಿಗೇಶನ್ ಹೇಳ್ತಿದೆ..." ಉತ್ತರಿಸಿದಳು ಪ್ರಣೀತ.

"ಇದು ಪಕ್ಕಾ ಪ್ರೀ ಪ್ಲಾನ್ಡ್ ಮರ್ಡರ್... ಈ ಅಪಾರ್ಟ್‌ಮೆಂಟ್ ಅಲ್ಲಿ ಇರೋದು ಐದು ಬ್ಲಾಕ್... ಒಂದೊಂದು ಬ್ಲಾಕ್ ನಲ್ಲೂ ಎರಡೆರಡು ಟವರ್.

ಒಂದೊಂದು ಟವರ್ ಅಲ್ಲೂ ಮೂವತ್ತು ಫ್ಲೋರ್, ಒಂದೊಂದು ಫ್ಲೋರಲ್ಲೂ ಇಪ್ಪತ್ತೈದು ಮನೆ.. ಅಂದರೆ ಸುಮಾರು ಏಳ್ನೂರ ಐವತ್ತು ಮನೆ..

ಅಲ್ಲಿ ಯಾರಿಗೂ ಈ ಕೊಲೆಗಳು ನಡೆಯುವಾಗ ಅಲ್ಲಿ ಆದ ಗಲಾಟೆ, ಗದ್ದಲ ಕೇಳಲೇ ಇಲ್ವಾ?.... ಥಿಂಕ್ ಅಬೌಟ್ ಇಟ್.... ಅಸಲಿಗೆ ಆ ಕೊಲೆ ಅಲ್ಲಿ ನಡೆದೇ ಇಲ್ಲ" ಎಂದ ಸಮರ್ಥ ಕಥೆಯ ಹೊಸ ಅಧ್ಯಾಯಕ್ಕೆ ನಾಂದಿ ಹಾಡಿದ್ದ.

ಅಧ್ಯಾಯ ೩: ಸಾಕ್ಷಿ

ಸಮರ್ಥ ಪ್ರಣೀತಾಳ ಕಡೆಗೆ ತಿರುಗಿ "ನಾನು ಕ್ರೈಂ ಸೀನ್ ಜಾಗ ನೋಡ್ಬಹುದಾ?" ಎಂದು ಕೇಳಿದ.

ಇದಕ್ಕುತ್ತರವಾಗಿ "ಇಲ್ಲ.. ನಾನು ಡಿಫೆನ್ಸ್ ಲಾಯರ್ ಆಗಿರೋದ್ರಿಂದ ನನಗೆ ಎಲ್ಲ ಸಾಕ್ಷಿ, ಆಧಾರ ಎಲ್ಲಾ ಒಂದು ಕಾಪಿ ಸಿಗುತ್ತೆ. ಕ್ರೈಂ ಸೀನ್ ಸೀಜ್ ಆಗಿರುತ್ತೆ." ಪ್ರಣೀತ ತಡಮಾಡದೆ ಉತ್ತರಿಸಿದಳು.

ಸಮರ್ಥ ಕಾರ್ ಅನ್ನು ತನ್ನ ತಂದೆ ತಾಯಿಯ ಕೊಲೆಯಾದ ಅಪಾರ್ಟ್ಮೆಂಟ್ ನಲ್ಲಿ ತಂದು ನಿಲ್ಲಿಸಿದ.

"ಇಲ್ಲಿ ಯಾಕೆ ತಂದು ನಿಲ್ಸಿದೆ ಸಮರ್ಥ" ಪ್ರಣೀತ ಕುತೂಹಲ ತುಂಬಿದ ಕಣ್ಣುಗಳಿಂದ ಪ್ರಶ್ನಿಸಿದಳು.

"ಬಾ ಹೇಳ್ತೀನಿ..." ಎಂದು ಕಾರಿಂದ ಇಳಿದ ಸಮರ್ಥ.

"ಎ" ಬ್ಲಾಕ್ ಮೊದಲನೇ ಟವರ್ ನಲ್ಲಿನ ಇಪ್ಪತ್ತೈದನೇ ಅಂತಸ್ತಿನ ಒಂದನೇ ಮನೆಗೆ ಹೋಗಿ ಅದರ ಬೀಗ ತೆಗೆದು ಅಜಯ್ ಮತ್ತು ಪ್ರಣೀತ ಇಬ್ಬರನ್ನೂ ಒಳಗೆ ಕರೆದ.

ಅಲ್ಲೇ ಇದ್ದ ಕುರ್ಚಿಯ ಮೇಲೆ ಕೂರಲು ಸನ್ನೆ

ಮಾಡಿದ. "ಇದು ನಾನು ಆಕಾಂಕ್ಷಾಗೆ ತಗೊಂಡಿರೊ ಮನೆ. ಅವಳಿಗೆ ಯಾರೂ ಇಲ್ಲ. ನನ್ನ ಉಳಿತಾಯಾನ ಇಲ್ಲಿಗೆ ಡೌನ್ ಪೇಮೆಂಟ್ ಮಾಡಿದೆ, ಅವಳು ಬ್ಯಾಂಕಲ್ಲಿ ಲೋನ್ ಮಾಡಿದಳು. ಮನೆ ಅವಳ ಹೆಸರಲ್ಲಿದೆ. ಈ ಮನೆಯ ಒಂದು ಬೀಗದ ಕೈ ನನ್ನ ಹತ್ರ ಇದೆ."

ಸಮರ್ಥ ಆಕಾಂಕ್ಷಾಳ ಮನೆ ಖರೀದಿಯ ಹಿಂದಿನ ಕಥೆ ಹೇಳಿದ.

ಸೀದಾ ಆಕಾಂಕ್ಷಾಳ ರೂಮಿಗೆ ಹೋಗಿ ಅಲ್ಲಿಂದ ಅವಳ ಲ್ಯಾಪ್‌ಟಾಪ್ ತಂದು ಅದನ್ನು ತೆಗೆದು ಒಂದು ಮೇಜಿನ ಮೇಲಿಟ್ಟ.

"ನಾವು ಕ್ರೈಂ ಸೀನ್ಗೆ ಹೋಗೋಕೆ ಆಗ್ದೆ ಇರಬಹುದು, ಅಲ್ಲಿ ಏನಾಗಿದೆ ಅಂತ ಇಲ್ಲಿ ನೋಡ್ಬಹುದು." ಎಂದು ಕುತೂಹಲಕಾರಿಯಾದ ವಿಷಯ ಹೇಳಿದ.

ಲ್ಯಾಪ್‌ಟಾಪ್ ಅಲ್ಲಿ ತನ್ನ ತಂದೆ ಮನೆಯ ಸಿಸಿ ಟಿವಿ ರೆಕಾರ್ಡರ್ ಅಲ್ಲಿ ದಾಖಲಾಗಿರುವ ರೆಕಾರ್ಡಿಂಗ್ ತೆರೆದು ಅದನ್ನು ನೋಡಲೆತ್ನಿಸಿದ.

ಮನೆಯ ಬಾಗಿಲಲ್ಲಿರುವ ಸಿಸಿ ಕ್ಯಾಮೆರಾದಲ್ಲಿ ಹಿಂಬದಿಯಿಂದ ಯಾರೊ ಅದನ್ನು ಬಬ್ಬಲಗಮ್ ಇಂದ ಮುಚ್ಚುವಂತೆ ಅದರಲ್ಲಿ ಕಾಣುವುದು ಕಂಡು

ಪ್ರಣೀತ ತನ್ನ ಬಾಯಿ ಮೇಲೆ ಕೈ ಇಟ್ಟುಕೊಂಡಳು ಆಶ್ಚರ್ಯದಿಂದ.

ಒಳಗಡೆಯ ಅಂಗಳದಲ್ಲಿ ಇರುವ ಎರಡೂ ಕ್ಯಾಮೆರಾಗಳು ಚಾಲ್ತಿಯಲ್ಲಿರುವ ಹಾಗೆ ಕಾಣುತ್ತಿರಲಿಲ್ಲ.

ಆದರೆ ಒಂದು ರೂಮಿನ ಬಾಗಿಲ ಎದರಿನ ಗೋಡೆಯ ಮೇಲಿದ್ದ ಒಂದು ಕ್ಯಾಮೆರಾ ಮನೆಯ ಮುಖ್ಯ ದ್ವಾರವನ್ನು ಸೆರೆಹಿಡಿಯುವ ಹಾಗೆ ಇರಿಸಲಾಗಿತ್ತು. ಅದರಲ್ಲಿ ಒಂದಷ್ಟು ದೃಶ್ಯ ಸೆರೆಯಾಗಿರುವಂತೆ ಕಂಡಿತು.

ಅದರಲ್ಲಿ ಪ್ರಸಾರವಾಗುತ್ತಿದ್ದ ದೃಶ್ಯ:

ಮಾತುಗಳು ಅಸ್ಪಷ್ಟವಾಗಿರುವ ಆ ದೃಶ್ಯಗಳಲ್ಲಿ ಸಮರ್ಥನ ತಾಯಿ ಲಕ್ಷ್ಮಿಯ ದೇಹವನ್ನ ಎಳೆದು ತರುತ್ತಿರುವಂತೆ ತೋರಿತು. ಎಳೆದು ತರುತ್ತಿರುವ ವ್ಯಕ್ತಿ ಕಪ್ಪುಬಣ್ಣದ ರೈಡಿಂಗ್ ಜ್ಯಾಕೆಟ್ ಹಾಕಿ ಮುಖವನ್ನು ಮುಸುಕು ಮಾಡಿಕೊಂಡಿದ್ದ.

ಇನ್ನೊಬ್ಬ ವ್ಯಕ್ತಿ ಕಪ್ಪು ಪಂಚೆಯಲ್ಲಿರುವಂತೆ ಕಂಡ. ದಢೂತಿಯಾಗಿದ್ದ ಅವನು ಎಡಗಾಲಿನಲ್ಲಿ ಒಂದು ವಿಚಿತ್ರವಾದ ಕಡಗ ಧರಿಸಿರುವಂತೆ ಕಾಣಿಸಿತು. ಅವನ ಬೆನ್ನು ಕ್ಯಾಮೆರಾಗೆ ಮುಖ ಮಾಡಿದ್ದರಿಂದ ಅವನ ಮುಖ ಕಾಣುವುದಿಲ್ಲ.

ಲಕ್ಷ್ಮಿಯ ದೇಹವನ್ನ ಎಳೆದು ತರುತ್ತಿರುವ ವ್ಯಕ್ತಿಗೆ, ಈ ದಢೂತಿ ದೇಹದ ವ್ಯಕ್ತಿ ಸಹಾಯ ಮಾಡುವುದು ಕ್ಯಾಮೆರಾದಲ್ಲಿ ಗೋಚರಿಸಿತು.

ಕಪ್ಪು ಪಂಚೆ ಉಟ್ಟ ಅವನು ಬೆನ್ನು ಮಾಡೇ ಒಳಬಂದಿದ್ದರಿಂದ, ಆ ವ್ಯಕ್ತಿ ಯಾರೆಂದು ತಿಳಿಯಲೇ ಇಲ್ಲ.

ಅವನ ಬಿಳಿಯ ಶರ್ಟ್ ರಕ್ತಸಿಕ್ತವಾಗಿತ್ತು. ಇದೇ ಮಾದರಿಯಲ್ಲಿ ಇನ್ನೊಬ್ಬ ವ್ಯಕ್ತಿ ಕೂಡ ಕಪ್ಪು ಬಣ್ಣದ ರೈಡಿಂಗ್ ಸೂಟ್ ಹಾಕಿ, ಮುಖದ ಮೇಲೆ ಮುಸುಕು ಹಾಕಿಕೊಂಡು ಶಂಕರನ ದೇಹವನ್ನ ಎಳೆದು ತಂದಿಟ್ಟ.

ಈಗ ಆ ದಢೂತಿ ದೇಹದ ವ್ಯಕ್ತಿಯ ಚಹರೆ ಕಾಣಿಸಿತ್ತು, ಸಿಸಿ ಟಿವಿಯಲ್ಲಿ. ಆದರೆ ಮುಖ ಸ್ವಲ್ಪ ಅಸ್ಪಷ್ಟವಾಗಿತ್ತು.

ಇವರಿಬ್ಬರ ದೇಹವನ್ನು ಮಲಗಿಸಿದ ಮೇಲೆ ಎಲ್ಲೆಡೆ ಇದ್ದ ರಕ್ತದ ಗುರುತನ್ನು ಒರೆಸಿ ಅಳಿಸಿ ಹಾಕಿದರು. ಅವರ ದೇಹದಿಂದ ಇನ್ನೂ ರಕ್ತ ಹರಿಯುತ್ತಿತ್ತು.

ಇವೆಲ್ಲವನ್ನು ನೋಡುತ್ತಿರುವ ಸಮರ್ಥನ ಕೈ ನಡುಗಿ ಜೋರಾಗಿ ಚೀರಿದ. ಅಜಯ್ ಅವನ ಹೆಗಲ ಮೇಲೆ ಸಮಾಧಾನದ ಸಂಕೇತವಾಗಿ ತನ್ನ ಕೈಇಟ್ಟ.

ಪ್ರಣೀತ ದೃಶ್ಯದಲ್ಲಿ ಬರುತ್ತಿರುವ ಸಮಯಗಳನ್ನು ಗುರುತಿಸಿ ಬೆಳಗಿನ ಜಾವ ಸುಮಾರು ನಾಲ್ಕು ಘಂಟೆ ಎಂದು ಬರೆದುಕೊಂಡಳು.

ಅಜಯ್ ಮಾತು ಮುಂದುವರೆಸಿ "ಇದ್ರಲ್ಲಿ ಆಕಾಂಕ್ಷ ಇಲ್ಲ. ಅವಳನ್ನ ಯಾವಾಗ ಹಿಡಿದಿದ್ದು.. ಅದ್ಹೇಗೆ..." ಎಂದ ಆಶ್ಚರ್ಯದಿಂದ.

ಸಮರ್ಥ ಸಿಸಿ ಟಿವಿಯ ರೆಕಾರ್ಡಿಂಗ್ ಸುಮಾರು ಹದಿನೈದು ನಿಮಿಷದಷ್ಟು ಮುಂದು ಮಾಡಿದ. ಅಲ್ಲಿ ಆಕಾಂಕ್ಷ ಬಂದು ಬಾಗಿಲು ತಳ್ಳಿ ಹೆಣಗಳನ್ನು ಕಂಡು ಗಾಬರಿಯಾಗಿ ಅಳುತ್ತಿರುವಂತೆ ಕಂಡಿತು.

ಅಜಯ್ ಮಾತು ಹರಿಸಿ "ಅದ್ಯಾಕೆ ಇಷ್ಟೊತ್ತಲ್ಲಿ ಇವಳು ಬಂದಿದ್ದು" ಎಂಬ ಪ್ರಶ್ನೆ ಮಾಡಿದ.

"ಈ ಸಿಸಿ ಕ್ಯಾಮೆರಾ, ರೆಕಾರ್ಡಿಂಗ್ ಎಲ್ಲ ವ್ಯವಸ್ಥೆ ಮಾಡಿರೋದು ಅವಳೇ. ಅಪ್ಪ ಅಮ್ಮನ ಮನೆಯ ಲಾಕ್ ಅನ್ನು ಯಾರಾದರೂ ಬಲವಂತವಾಗಿ ಓಪನ್ ಮಾಡೋಕೆ ನೋಡಿದರೆ ಅವಳ ಮೊಬೈಲ್ ಹೊಡ್ಕೊಳತ್ತೆ. ಆ ಟವರ್ ಇಂದ ಈ ಟವರ್ಗೆ ಹತ್ತು ಹದಿನೈದು ನಿಮಿಷ ಬೇಕು ಬರೋದಕ್ಕೆ." ಎಂದು ಉತ್ತರಿಸಿದ ಸಮರ್ಥ.

ಮನೆಯಿಂದ ಹೊರಹೋಗಿ ಸೆಕ್ಯೂರಿಟಿ ಮ್ಯಾನೇಜರ್ ಹತ್ರ ಅಪಾರ್ಟ್ಮೆಂಟ್ ಒಳಗೆ ಬಂದವರ

ಮತ್ತು ಹೊರ ಹೋದವರ ರಿಜಿಸ್ಟರ್ ಕೇಳಿದ ಸಮರ್ಥ.

ಅದಕ್ಕೆ ಮ್ಯಾನೇಜರ್ ಅದನ್ನು ಪೋಲಿಸ್ ಕೊಂಡೊಯ್ದಿರುವ ಬಗ್ಗೆ ತಿಳಿಸಿದ.

ಸಮರ್ಥ ಅದೇ ಮ್ಯಾನೇಜರ್ ಬಳಿ ಅಪಾರ್ಟ್ಮೆಂಟ್ ಸಿಸಿ ಟಿವಿ ಫೂಟೇಜ್ ಬಗ್ಗೆ ಕೇಳಿದ.

ಆತ "ಸರ್ ನೀವು ಅಸೋಸಿಯೇಷನ್ ಮುಖ್ಯಸ್ಥರನ್ನ ಕೇಳ್ಬೇಕು ಅದ್ರು ಪಾಸ್ ವರ್ಡ್ ಅವ್ರಿಗೆ ಮಾತ್ರ ಗೊತ್ತು, ಆದ್ರೆ ನಿಮ್ಗೆ ಗೊತ್ತಿರ್ಲಿ, ಇದರ ಒಂದು ಕಾಪಿ ಪೋಲೀಸ್ ಅಧಿಕಾರಿಗಳು ತಗೊಂಡು ಹೋಗಿದ್ದಾರೆ." ಎಂದು ತನ್ನ ಮಾತು ಮುಗಿಸಿದ. ತನಗೆ ಬಂದ ಕರೆ ಸ್ವೀಕರಿಸುತ್ತ ತುಸು ದೂರ ಸರಿದ.

ಮನೆಗೆ ಬಂದ ಕೂಡಲೇ ಪ್ರಣೀತಾಳ ಹತ್ತಿರ ಬಂದು "ನೋಡು ನಾಳೆ ನ್ಯಾಯಾಲಯದಲ್ಲಿ ಆಕಾಂಕ್ಷಾಗೆ ಬರೀ ಜಾಮೀನಲ್ಲ ಅವಳು ನಿರಪರಾಧಿ ಅಂತ ಸಾಬೀತು ಮಾಡ್ಬೇಕು ನೀನು." ಎಂದು ಒಂದೇ ಉಸಿರಲ್ಲಿ ಹೇಳಿದ.

ಅವನ ಆವೇಗವನ್ನು ಅರ್ಥಮಾಡಿಕೊಳ್ಳಲು ಪ್ರಣೀತಾಳಿಗೆ ಬೇರೆ ಹೇಳಬೇಕಿರಲಿಲ್ಲ.

ಮಾರನೇ ದಿನ ನ್ಯಾಯಾಲಯದಲ್ಲಿ ಪ್ರಾಸಿಕ್ಯೂಷನ್ ವಾದ ಮಂಡಿಸಿದರು.

"ಮಾನ್ಯರೆ.. ಇದು ಕ್ರೂರವಾದ ಘಟನೆ. ವಯೋವೃದ್ಧರನ್ನ ರಾತ್ರೋರಾತ್ರಿ ಕೊಂದ ಕಥೆ. ಪ್ರಾಥಮಿಕ ತನಿಖೆ ಆಪಾದಿತಳ ಕಡೆಗೆ ಬೆಟ್ಟು ಮಾಡಿದೆ. ಅವಳ ನ್ಯಾಯಾಂಗ ಬಂಧನವನ್ನ ಹೆಚ್ಚಿಸಿ, ಅವಳನ್ನ ಪೋಲಿಸ್ ಸುಫರ್ದಿಗೆ ಒಪ್ಪಿಸಬೇಕಾಗಿ ಕೇಳಿಕೊಳ್ತೀನಿ."

ಪ್ರಣೀತ ಎದ್ದು ಮಧ್ಯೆ ಮಾತು ಮುಂದುವರೆಸಿದಳು

"ಮಾನ್ಯ ನ್ಯಾಯಾಧೀಶರೆ... ಪ್ರಾಸಿಕ್ಯೂಷನ್ ಮ್ಯಾಜಿಸ್ಟ್ರೇಟ್ ಮುಂದೆ ಏನು ಹೇಳಿದ್ರೋ ಈಗಲೂ ಅದನ್ನೇ ಹೇಳ್ತಾ ಇದ್ದಾರೆ. ಆದ್ರೆ ನಾನು ನನ್ನ ಕಕ್ಷಿದಾರಳಿಗೆ ಜಾಮೀನು ಕೇಳುವ ಬದಲು ಅವಳನ್ನು ಬಿಡುಗಡೆ ಮಾಡಲು, ಮತ್ತು ನಿರಪರಾಧಿ ಅಂತ ಪರಿಗಣಿಸಬೇಕು ಅಂತ ಕೇಳ್ತಾ, ಈ ಸಾಕ್ಷಿನ ನಿಮ್ಮ ಮುಂದೆ ಇಡ್ತಾಯಿದ್ದೀನಿ" ಪೆನ್ ಡ್ರೈವ್ ಅನ್ನು ಕೆಳಗಿನ ಕ್ಲರ್ಕ್ ಡೆಸ್ಕ್ ಮೇಲಿಟ್ಟಳು.

ಪ್ರಾಸಿಕ್ಯೂಷನ್ ವಕೀಲರಾದ ಗುರುಮೂರ್ತಿ "ಇದನ್ನು ನೀವು ಪರಿಗಣಿಸ್ಬಾರ್ದು ಐ ಒಬ್ಜೆಕ್ಟ್ ಯುವರ್ ಆನರ್" ಎಂದರು.

ಇದಕ್ಕೆ ವ್ಯಂಗ್ಯವಾಗಿ "ಮಾನ್ಯ ಪ್ರಾಸಿಕ್ಯೂಷನ್

ಅವರಿಗೆ ಸತ್ಯ ಆಚೆ ಬರೋದು ಬೇಕಿಲ್ವೇನೊ. ಮಾನ್ಯರೆ.. ಇದು ಆಕಾಂಕ್ಷಾಳ ಕ್ಲೌಡ್ ಸ್ಟೋರೇಜ್ ಅಲ್ಲಿ ರೆಕಾರ್ಡ್ ಆಗಿರುವ ಸಿಸಿ ಟಿವಿ ಫೂಟೇಜ್. ಈ ಸಿಸಿ ಟಿವಿ ಫೂಟೇಜ್ ಮೃತ ವ್ಯಕ್ತಿಗಳ ಮನೆಯದು. ನೀವು ನೋಡಬೇಕೆಂದು ಕೇಳಿಕೊಳ್ತೀನಿ.

ಅಷ್ಟೇ ಅಲ್ಲ ಪೋಲಿಸ್ ನವರಿಗೆ ಮಾಹಿತಿ ಕೊಟ್ಟಿದ್ದೇ ಆಕಾಂಕ್ಷ" ಎನ್ನುತ್ತ ಸಿಸಿ ಟಿವಿ ಫೂಟೇಜ್ ದೊರೆತ ವಿಧಾನದ ಬಗೆ ವಿವರಿಸಿದಳು.

ಮತ್ತೆ ತನ್ನ ವಾದ ಮುಂದುವರೆಸಿದಳು "ಅಪಾರ್ಟ್ಮೆಂಟ್ ಎಂಟ್ರಿ ಎಗ್ಸಿಟ್ ಲಾಗ್ ಪೋಲಿಸ್ ನವರು ನ್ಯಾಯಾಲಯಕ್ಕೆ ಸಲ್ಲಿಸಿಲ್ಲ. ಅದಲ್ಲದೇ ಅಲ್ಲಿನ ಸಿಸಿಟಿವಿ ಫೂಟೇಜ್ ಕೂಡ ಪೋಲಿಸ್ ನವರು ಇಲ್ಲಿ ಕೊಟ್ಟಿಲ್ಲ. ಎಲ್ಲೂ ಇದನ್ನ ತೋರ್ಸೋದೇ ಇಲ್ಲ ದೇವರಾಜ್ ಅವ್ರು."

ನ್ಯಾಯಾಧೀಶರ ಕಡೆಗೆ ನೋಡುತ್ತ ತನ್ನ ಮಾತಿಗೆ ಸಣ್ಣ ವಿರಾಮ ನೀಡಿದಳು.

"ಪೋಸ್ಟ್ ಮಾರ್ಟಮ್ ವರದಿ ಪ್ರಕಾರ ಕೊಲೆ ಸಂಜೆ ಆರುವರೆ ಹೊತ್ತಿಗೆ ಆಗಿದೆ ಅಂತಿದೆ. ಚಾರ್ಜ್ ಶೀಟ್ ಅಲ್ಲಿ ಬೆಳಗ್ಗೆ ಮೂರುವರೆ ಅಂತಿದೆ. ಅಸಲಿಗೆ ಇಲ್ಲಿ ತನಿಖೆ ನಡೆದೇ ಇಲ್ಲ." ಎಂದು ಮಾತು ಮುಂದುವರೆಸಿ "ಈ ಪೆನ್ ಡ್ರೈವ್ ವಿಡಿಯೋ ನೋಡಿ

ಮಹಾಸ್ವಾಮಿ. ನಿಮಗೆ ಸತ್ಯ ಏನೂ ಅಂತ ಗೊತ್ತಾಗುತ್ತೆ." ಎನ್ನುತ್ತ ತನ್ನ ವಾದ ಮುಗಿಸಿದಳು.

"ಗುರುಮೂರ್ತಿಯವರೇ... ನೀವು ಈ ಸಾಕ್ಷಿನ ಪರಿಗಣನೆಗೆ ತಗೋಬಾರ್ದು ಅಂದ್ರಿ... ಏಕೆ... ಇದಕ್ಕೇನಾದ್ರೂ ಕಾರಣ ಇದ್ಯಾ!?" ನ್ಯಾಯಾಧೀಶರು ಪ್ರಶ್ನೆ ಮಾಡಿದರು.

ಗುರುಮೂರ್ತಿ ಉತ್ತರ ಇಲ್ಲದೇ ತಲೆ ತಗ್ಗಿಸಿದರು. ದೇವರಾಜ್ ತಾನು ಮಾಡಿದ ತಪ್ಪುಗಳನ್ನು ಪ್ರಣೀತಾಳ ಬಾಯಿಯಿಂದ ಕೇಳಿ ಕಸಿವಿಸಿಗೊಂಡು ಕೈ ಹಿಸುಕಿಕೊಂಡ.

ನ್ಯಾಯಾಧೀಶರು ಮನ್ನಣೆ ನೀಡಿ ಅದನ್ನು ಒಂದು ಲ್ಯಾಪ್ಟಾಪ್ ತರಿಸಿ ನೋಡಿದರು.

ನೋಡಿದ ಮೇಲೆ ಪ್ರಾಸಿಕ್ಯೂಷನ್ ವಕೀಲರಿಗೂ ನೋಡಲು ಹೇಳಿದರು.

ನಂತರ ಯಾವ ವಾದಗಳಿಗೂ ಆಸ್ಪದ ನೀಡದೆ ತಮ್ಮ ತೀರ್ಪು ಓದಿದರು.

"ಅಪಾಧಿತರ ಪರವಾದ ವಕೀಲರು ನೀಡಿರುವ ಸಾಕ್ಷಿಗಳನ್ನು ಗಮನಿಸಿದ ಮೇಲೆ ಆರೋಪಿ ಆಕಾಂಕ್ಷ ಕೊಲೆಯಲ್ಲಿ ನೇರವಾಗಿ ಮತ್ತು ಪರೋಕ್ಷವಾಗಿ

ಯಾವುದೇ ಪಾತ್ರವಿರುವುದು ಅನುಮಾನವೆಂದು ತೋರುತ್ತದೆ.

ಅಷ್ಟೇ ಅಲ್ಲದೇ ತನ್ನ ಮನೆಯಲ್ಲೇ ಸಿಸಿ ಟಿವಿ ಇದ್ದು, ಎಲ್ಲಾ ಭದ್ರತೆಗಳಿರುವಾಗ, ಎಲ್ಲಾ ವ್ಯವಸ್ಥೆಗಳನ್ನು ಸ್ವತಃ ಮಾಡಿಕೊಂಡಿರುವಾಗ, ಅದನ್ನೂ ಮೀರಿ ಅವರೇ ಈ ರೀತಿ ಕೊಲೆಗಳಲ್ಲಿ ಭಾಗಿ ಆಗುವುದು ಅನುಮಾನ ಎನಿಸುತ್ತದೆ.

ಕೊಲೆಗಳ ಬಗ್ಗೆ ಪೋಲಿಸರಿಗೆ ಆಪಾದಿತರೇ ವಿಷಯ ಮುಟ್ಟಿಸಿದ್ದರೂ, ಯಾವುದೇ ತರಹದ ತನಿಖೆ ಮಾಡದಿರುವುದು, ವಿಚಾರಣೆ ನಡೆಸದಿರುವುದು, ತರಾತುರಿಯಲ್ಲಿ ಒಬ್ಬರನ್ನು ಬಂಧಿಸಿರುವುದು ಅಧಿಕಾರಿಗಳ ತಪ್ಪು. ಈ ಕೃತ್ಯ ಅವರ ಬೇಜವಾಬ್ದಾರಿ ಮತ್ತು ಕರ್ತವ್ಯ ಲೋಪ ಎದ್ದು ಕಾಣುತ್ತದೆ. ಪ್ರಕರಣದ ಐ.ಒ. ಆದ ದೇವರಾಜ್ ಅವರು ತನಿಖೆಯ ದಿಕ್ಕು ತಪ್ಪಿಸಿರುವುದು ಸ್ಪಷ್ಟವಾಗಿ ಗೋಚರಿಸುತ್ತದೆ. ಹಾಗಾಗಿ ಪ್ರಕರಣದ ಐ.ಒ. ಆದ ದೇವರಾಜ್ ಅವರನ್ನು ವಿಚಾರಣೆಗೆ ಒಳಪಡಿಸಬೇಕೆಂದು, ಮತ್ತು ಬೇರೊಬ್ಬ ನಿಷ್ಠಾವಂತ ಅಧಿಕಾರಿಯನ್ನು ನೇಮಿಸಬೇಕೆಂದು ಇಲಾಖೆಗೆ ಆದೇಶಿಸುತ್ತೇನೆ.

ಅಲ್ಲದೇ ಈ ಕೃತ್ಯದಲ್ಲಿ ಆಪಾದಿತರು ಭಾಗಿಯಾಗಿರುವುದು ಅನುಮಾನ ಎಂದು ನ್ಯಾಯಾಲಯ ಅಭಿಪ್ರಾಯ ಪಡುತ್ತದೆ. ಹಾಗಾಗಿ ತನಿಖೆ ಮುಗಿಯುವವರೆಗೂ ಆಪಾದಿತರು

ಪೋಲೀಸ್ ಅಧಿಕಾರಿಗಳಿಗೆ ಸಹಕರಿಸಬೇಕೆಂದು ಆದೇಶಿಸುತ್ತ, ಆಪಾದಿತರನ್ನು ಬೇರಾವ ಷರತ್ತಿಲ್ಲದೆ ಬಿಡುಗಡೆ ಮಾಡುತ್ತದೆ."

ಸುಳಿಯಲ್ಲಿದ್ದ ಆಕಾಂಕ್ಷಾಳಿಗೆ ಈಗ ಬಿಡುಗಡೆಯ ಭಾಗ್ಯ...

ನ್ಯಾಯಾಲಯದ ಹೊರಗೆ ಆಕಾಂಕ್ಷಳನ್ನು ತಬ್ಬಿ ಕೈಹಿಡಿದು ಕರೆದುಕೊಂಡು ಬಂದ ಸಮರ್ಥ.

ಪ್ರಣೀತ ಮಾತು ಹರಿಸಿ "ಅಂತು ಮೊದಲ ಯುದ್ಧ ಗೆದ್ದೆ ನೀನು" ಎಂದು ಆಕಾಂಕ್ಷಳ ಕೈಹಿಡಿದಳು

ಸಮರ್ಥ ಕುದಿಯುತ್ತಿರುವ ಕಣ್ಣುಗಳಿಂದ "ಇಲ್ಲ ಇದಿನ್ನೂ ಆರಂಭ." ಎಂದ.

ಅಧ್ಯಾಯ ೪: ಸುಳಿಗಾಳಿ

ಸಮರ್ಥ ಮತ್ತು ಆಕಾಂಕ್ಷ, ಆಕಾಂಕ್ಷಾಳ ಮನೆಯ ಬಾಲ್ಕನಿಯಲ್ಲಿ ಕುಳಿತಿದ್ದರು. ತಣ್ಣನೆ ಬೀಸುತ್ತಿರುವ ತಂಗಾಳಿ ಅವಳ ಮುಂಗುರುಳನ್ನು ಮೆಲ್ಲನೆ ಹಾರಿಸುತ್ತಿದೆ, ಯಾವುದರ ಅರಿವು ಇಲ್ಲದೆ ಆಕೆ ತನ್ನದೇ ಲೋಕದಲ್ಲಿ, ತನ್ನ ಜೀವನದಲ್ಲಿ ನಡೆದ ಘಟನೆಗಳ ಬಗ್ಗೆ ಯೋಚನೆಯಲ್ಲಿ ಮಗ್ನಳಾಗಿದ್ದಳು.

"ಮುದ್ದು" ಮೆಲ್ಲನೆ ಕರೆದ ಸಮರ್ಥ.

ಅವನ ಕರೆಗೆ ಪ್ರತಿಕ್ರಿಯೆ ನೀಡದೆ ಇರವ ಅವಳ ಕೈ ಮೇಲೆ ಮೆಲ್ಲ ತನ್ನ ಕೈ ಇಟ್ಟ "ಮುದ್ದು" ಎಂದು ಮತ್ತೆ ಕರೆದ. ನಿಜ ಜಗತ್ತಿಗೆ ಮತ್ತೆ ಬಂದಂತೆ ಭಾಸವಾಗಿ ಅವನ ಕಡೆ ತಿರುಗಿದಳು. ಅವಳ ಕಣ್ಣಂಚಿನ ನೀರನ್ನು ಮೆಲ್ಲ ಒರೆಸಿದ.

"ನನ್ನ ಕ್ಷಮಿಸಿಬಿಡು.... ನಾನು ಅಪ್ಪ ಅಮ್ಮನ್ನ ಕಾಪಾಡೋಕೆ ಆಗ್ಲಿಲ್ಲ" ಜೋರಾಗಿ ಚೀರಿದಳು.

ಮಾತು ಮುಂದುವರೆಸಿ "ನಾನು ಹೋಗೋ ಅಷ್ಟರಲ್ಲಿ ಎಲ್ಲ ಮುಗಿದು ಹೋಗಿತ್ತು" ಎನ್ನುತ್ತಾ ಬಿಕ್ಕಳಿಸುತ್ತ ಅತ್ತಳು.

ಮೊದಲೇ ಗೊಂದಲದಲ್ಲಿದ್ದ ಸಮರ್ಥನಿಗೆ ಅವಳ

ಮಾತುಗಳು ಸರಿಯಾದ ಉತ್ತರ ಕೊಡದಿದ್ದರೂ ಸಿಸಿ ಟಿವಿ ನೋಡಿದ ನೆನಪುಗಳು ಅವನಿಗೆ ಅವಳ ಮಾತಿನ ಭಾವ ತೆರೆದಿಟ್ಟಿತ್ತು.

ಅವಳನ್ನು ತಬ್ಬಿ ಮೆಲ್ಲನೆ ನೆತ್ತಿಯ ಮೇಲೆ ಒಂದು ಮುತ್ತಿಟ್ಟು ಅವಳಿಗೆ ಸಮಾಧಾನ ಮಾಡಲೆತ್ನಿಸಿದ.

"ಇಲ್ಲ... ನೀನೇನು ತಪ್ಪು ಮಾಡಿಲ್ಲ...." ಮೆಲ್ಲನೆ ಅವಳ ಮುಖವ ಮೇಲೆತ್ತಿ... "ನೋಡು.. ಇಲ್ನೋಡು... ನಿನ್ನ ನೀನು ದೂಷಿಸ್ಕೊಬೇಡ... ನೀನು ತಪ್ಪು ಮಾಡಿಲ್ಲ. ಆಗಿದ್ದನ್ನ ಬದ್ಲಾಯಿಸೋಕೆ ಆಗಲ್ಲ... ನಿನ್ನನ್ನೂ ಕಳ್ಕೊಳ್ಳೋಕೆ ನಾನು ತಯಾರಿಲ್ಲ, ನಾನು ನಿನ್ನೊಟ್ಟಿಗೆ ಇರ್ತೀನಿ.. ಧೈರ್ಯ ತಗೊ.. ಇಲ್ಲಿ ಸತ್ಯ ಏನು ಅಂತ ನಾನು ತಿಳ್ಕೊಂಡೇ ತಿಳ್ಕೋತೀನಿ. ಈಗ ನೀನು ನಿರಪರಾಧಿ ಅಂತ ಇಡೀ ಜಗತ್ತಿಗೆ ತೋರಿಸ್ತೀನಿ" ಎಂದು ಸಮಾಧಾನ ಮಾಡಿ ತಬ್ಬಿಕೊಂಡ.

ಆಕಾಂಕ್ಷ ಕಣ್ಣೊರೆಸುತ್ತ "ಅವತ್ತು" ಎಂದಳು.

ಕಾಲ ನಮ್ಮನ್ನು ಕೊಲೆಗಳಾದ ದಿನಕ್ಕೆ ಕರೆದೊಯ್ಯುತ್ತದೆ......

ಆಕಾಂಕ್ಷ ತನ್ನ ಕಛೇರಿ ಕೆಲಸ ಮುಗಿಸಿ ಲ್ಯಾಪ್‌ಟಾಪ್ ಮುಚ್ಚಿಡುವಷ್ಟರಲ್ಲಿ ಸಮಯ ಮಧ್ಯರಾತ್ರಿ ಒಂದುವರೆ ಘಂಟೆ. ಗಾಢ ನಿದ್ದೆಯಲ್ಲಿದ್ದ ಅವಳಿಗೆ

ಬೆಳಗಿನ ಜಾವ ನಾಲ್ಕು ಘಂಟೆಗೆ ಮೊಬೈಲ್ ಜೋರಾಗಿ ಹೊಡೆದುಕೊಂಡ ಸಪ್ಪಳ ಕೇಳಿ ಎಚ್ಚರಗೊಂಡಳು. ಗಾಬರಿಯಲ್ಲಿ ಎದ್ದ ಆಕಾಂಕ್ಷ ತನ್ನ ಮೊಬೈಲ್ ನಲ್ಲಿ ಸಿಸಿ ಟಿವಿ ಫೂಟೇಜ್ ನೋಡಿದಳು.

ಅದರಲ್ಲಿ ಸಮರ್ಥನ ತಂದೆ ತಾಯಿಯ ಮನೆಯ ಬೀಗ ಒಡೆದಿರೋದು ಗೋಚರಿಸುತ್ತಿತ್ತು. ಆಕಾಂಕ್ಷ ಅಲ್ಲಿಗೆ ಹೋಗುವಷ್ಟರಲ್ಲಿ ಶಂಕರ ಮತ್ತು ಲಕ್ಷ್ಮಿಯ ಶವ ಮನೆಯ ಒಳಗಿದ್ದವು.

ಆಕಾಂಕ್ಷ ಕಣ್ಣು ತೆರೆದಾಗ ದೃಶ್ಯ ಪ್ರಸ್ತುತಕ್ಕೆ ಮರಳುತ್ತದೆ.

ಸಮರ್ಥನ ಕಡೆ ತಿರುಗಿ ಮತ್ತೆ ಮಾತು ಮುಂದುವರೆಸಿದಳು.

"ನಾಲ್ಕು ದಿನದ ಹಿಂದೆ ಸಿಸಿ ಟಿವಿಯ ವೈರ್ ಗಳನ್ನು ಯಾರೊ ತುಂಡು ಮಾಡಿದ್ರು. ಅದರ ಬಗ್ಗೆ ನಾನು ಕಂಪ್ಲೇಂಟ್ ಮಾಡಿದ್ದೆ. ಅವರು ಬಂದು ಸರಿಮಾಡ್ಬೇಕಿತ್ತು, ಆದ್ರೆ ತಡ ಮಾಡಿದ್ರು. ಅವತ್ತು ಕೊಲೆ ಆದ ದಿನ ಅವ್ರು ಬರಬೇಕಿತ್ತು. ಆದ್ರೆ ಅವ್ರು ಫೋನ್ ಮಾಡಿ ನಾಳೆ ಬರ್ತೀನಿ ಅಂದ್ರು"

ಎಂದು ಹೊಸ ವಿಚಾರ ತಿಳಿಸಿದಳು.

ಆಕಾಂಕ್ಷ ಕಣ್ಣಲ್ಲಿನ ನೀರು ಅವಳ ಕೆನ್ನೆಯ ಮೇಲೆ ಹರಿಯುವ ಹೊತ್ತಿಗೆ ಮಾತು ಮುಂದುವರೆಸಿದಳು;

"ನಾನು ಹೋದಾಗ ನಿನ್ನಮ್ಮ ಇನ್ನೂ ಬದುಕಿದ್ರು. ಅವ್ರು ಕೊನೆ ಉಸಿರು ಹಾಗೆ ಇತ್ತು. ರಕ್ತದ ಮಧ್ಯೆ ಅವರ ಕೈಗಳು ಅಲ್ಲಾಡಿದ್ದು ಕಾಣಿಸ್ತು. ಅವರ ಕೈ ಹಿಡ್ಕೊಂಡು ಪಕ್ಕದಲ್ಲಿ ಕೂತಾಗ ಅವ್ರು ಏನೋ ಹೇಳಿದ್ರು. ಅದನ್ನ ಕೇಳ್ದೆ; ಆದ್ರೆ ಏನೂ ಅರ್ಥ ಆಗ್ಲಿಲ್ಲ. ತಕ್ಷಣ ಆ್ಯಂಬುಲೆನ್ಸ್ ಮತ್ತು ಪೋಲಿಸ್ ನವರಿಗೆ ಫೋನ್ ಮಾಡಿ ವಿಷಯ ಮುಟ್ಟಿಸಿದೆ."

ಮೈ ನಡುಗುವ, ಮನ ಕಲುಕುವ ವಿಷಯ ಅವಳ ತುಟಿಗಳಿಂದ ಜಾರಿತು. ಕಣ್ಣೀರ ಒರೆಸಿಕೊಳ್ಳುತ್ತ ಮಾತು ಮುಂದುವರೆಸಿದಳು.

"ನನಗೇ ಈಗಲೂ ನಂಬೋಕೆ ಆಗ್ತಾ ಇಲ್ಲ, ಏನು... ಎತ್ತ.... ಏನೂ ವಿಚಾರಣೆ ಮಾಡ್ದೆ ನನ್ನೇ ಅಪರಾಧಿ ಅಂತ ನಿಂತ ಜಾಗದಲ್ಲೇ ಅರೆಸ್ಟ್ ಮಾಡಿ ಮ್ಯಾಜಿಸ್ಟ್ರೇಟ್ ಮುಂದೆ ನಿಲ್ಸಿಬಿಟ್ರು. ಮೂರು ದಿನ ನ್ಯಾಯಾಂಗ ಬಂಧನ ಅಂದ್ರು.. ಆಮೇಲೆ ಚಾರ್ಜ್ ಶೀಟ್ ಹಾಕಿ ನನ್ನ ಅಪರಾಧಿ ಅಂತ ತೋರ್ಸಿದ್ರು." ಕಣ್ಣ ಹನಿಯು ಜಾರಿ ಕೆಳಗೆ ಬಿದ್ದವು.

ಬಿಕ್ಕಳಿಸುತ್ತ, ತೊದಲುತ್ತ.. "ಪೋಲಿಸ್ ಅವ್ರು ನೀನು ಹೇಳಿದ ಮಾತು ಕೇಳಿಲ್ಲ ಅಂದ್ರೆ ನಿನಗೂ ಇದೇ ಗತಿ

ಅಂದಿದ್ರು..." ಎಂದು ತನ್ನನ್ನು ಬೆದರಿಸಿದ ವಿಚಾರವನ್ನೂ ತಿಳಿಸಿದಳು.

ಸಮರ್ಥ ತಡಮಾಡದೆ ಆಕಾಂಕ್ಷಾಳ ಲ್ಯಾಪ್‌ಟಾಪ್ ತೆಗೆದು ಅದರಲ್ಲಿರುವ ಸಿಸಿ ಟಿವಿ ರೆಕಾರ್ಡಿಂಗ್ ತೆಗೆದು ಪ್ರಸಾರ ಮಾಡಲು ಸಿದ್ಧಗೊಳಿಸಿ, ಅವಳಿಗೆ ಲ್ಯಾಪ್‌ಟಾಪ್ ಕಡೆಗೆ ಕೈ ತೋರಿಸಿ "ಗಮನ ಇಟ್ಟು ನೋಡು ಮುದ್ದು, ಇಲ್ಲಿರೋ ವ್ಯಕ್ತಿಗಳ, ಅಥವಾ ಅದೇ ಥರದ ವ್ಯಕ್ತಿಗಳನ್ನ ಯಾವತ್ತಾದ್ರೂ ನೋಡಿರೋ ನೆನಪು ಬರುತ್ತಾ ಅಂತ. ಟೈಂ ತಗೋ ಪರ್ವಾಗಿಲ್ಲ." ಎಂದು ಪ್ರಸಾರ ಶುರುಮಾಡಿ ಹಿಂದೆ ನಿಂತ.

ಗಮನವಿಟ್ಟು ನೋಡಿದ ಆಕಾಂಕ್ಷ ಅದರಲ್ಲಿರುವ ವ್ಯಕ್ತಿಗಳ ಕುರುಹು, ಸಮ ಹೋಲಿಕೆ ಇರುವ ಯಾರನ್ನೂ ನೋಡಿಲ್ಲ ಎಂದು ಹೇಳಿಬಿಟ್ಟಳು. ಅವಳ ಧ್ವನಿಯಲ್ಲಿ ಭರವಸೆ ಇತ್ತು.

ಅಲ್ಲೇ ಮನೆಯ ಹಾಲ್ ಅಲ್ಲಿದ್ದ ಪ್ರಣೀತ ಹಾಗು ಅಜಯ್ ಕಡೆಗೆ ತಿರುಗಿ "ಪ್ರಣು.. ನಿನಗೆ ಯಾರಾದ್ರೂ ಈ ಪ್ರೈವೇಟ್ ಡಿಟೆಕ್ಟಿವ್ ಅಥವಾ ನಿನಗೆ ಗೊತ್ತಿರೋ ಒಬ್ಬ ಪೋಲಿಸ್ ಅಧಿಕಾರಿ ಇದ್ದಾರಾ ನಮಗೆ ಸಹಾಯ ಮಾಡಲು? ಈ ವ್ಯಕ್ತಿಗಳು ಯಾರು, ಇದರ ಹಿಂದೆ ಯಾರಿದ್ದಾರೆ ಅಂತ ಕಂಡುಹಿಡಿಯೋಕೆ." ಎಂದು ಪ್ರಶ್ನಿಸಿದ ಸಮರ್ಥ.

"ನಾನು ಕಾರ್ಪೊರೇಟ್ ಕಂಪನಿಯ ಅಡ್ವೈಸರ್ ಆಗಿದ್ದೆ. ನಾನು ಕೆಲ್ಸಕ್ಕೆ ರಾಜಿನಾಮೆ ಕೊಟ್ಟು ಈ ಕೇಸ್ ತಗೊಂಡಿರೋದು. ನೀನ್ ಕೇಳೊ ಅಂತ ಉಪಯೋಗ ಆಗೋ ವ್ಯಕ್ತಿಗಳು ನನ್ನ ಲಿಸ್ಟ್ ನಲ್ಲಿಲ್ಲ." ಪ್ರಣೀತ ಹೇಳಿದಳು. ಅವಳ ಮಾತು ಸಣ್ಣ ದನಿಯಲ್ಲಿತ್ತು.

"ನಾನು ಪ್ರೆಸ್ ನಲ್ಲಿದ್ದಾಗ, ಟಿವಿ ರಿಪೋರ್ಟರ್ ಆಗಿದ್ದಾಗ ಒಬ್ಬ ಸರ್ಕಲ್ ಇನ್ಸ್ಪೆಕ್ಟರ್ ಇದ್ರು ಕ್ರಿಸ್ಟೋಫರ್ ಅಂತ, ಅವ್ರನ್ನ ಕೇಳಿದ್ರೆ ಏನಾದ್ರೂ ಗೊತ್ತಾಗ್ಬಹುದು, ನನಗೆ ತುಂಬಾ ಬೇಕಾದವರು ಅವರು" ಎನ್ನುತ್ತ ಅಜಯ್ ತನ್ನ ಫೋನ್ ತೆಗೆದುಕೊಂಡು ತುಸು ದೂರ ಹೋಗಿ ಮಾತಾಡಿಕೊಂಡು ಬಂದು "ಅವ್ರು ಒಪ್ಪಿದ್ದಾರೆ.. ಸಹಾಯ ಮಾಡ್ತಾರೆ" ಎಂದು ಸಣ್ಣ ನಗೆ ಬೀರಿದ.

"ಅಪಾರ್ಟ್ಮೆಂಟ್ ಸಿಸಿಟಿವಿ ಕಥೆ ಏನಾಯ್ತು" ಪ್ರಣೀತ ಪ್ರಶ್ನೆ ಮಾಡಿದಳು.

ಸಮರ್ಥ ತನ್ನ ತಲೆಮೇಲೆ ಕೈ ಇಟ್ಟು "ಅಯ್ಯೋ ಮರೆತೆ... ಈಗ್ಲೇ ಹೋಗಿಬರ್ತೀನಿ" ಎಂದು ಓಡಲು ಶುರುಮಾಡಿದ.

"ಅವನು ಸಹಾಯ ಮಾಡ್ತಾನೆ ಅಂತ ನನಗೆ ಅನ್ನಿಸ್ತಾಯಿಲ್ಲ" ಎಂದು ಆಕಾಂಕ್ಷಾಳ ಧನಿ

ದಿಢೀರನೆ ಅಪ್ಪಳಿಸಿತು. ಅವಳ ಧ್ವನಿ ದೃಢವಾಗಿತ್ತು... ಆದರೆ ಮೆಲುದನಿಯಲ್ಲಿತ್ತು.

ಇದನ್ನು ಕೇಳಿ ಬಾಗಿಲ ಹಿಡಿ ಹಿಡಿದು ನಿಂತ ಸಮರ್ಥ "ಏನಂದೆ" ಎಂದ.

"ಅವನು ಸಹಾಯ ಮಾಡ್ತಾನೆ ಅಂತ ನನಗೆ ಅನ್ನಿಸ್ತಾಯಿಲ್ಲ" ಎಂದು ಆಕಾಂಕ್ಷ ಪುನರುಚ್ಚರಿಸಿದಳು.

"ಯಾಕೆ" ಗಟ್ಟಿಯಾಗಿ ಕೇಳಿದ ಸಮರ್ಥ ಮರುಕ್ಷಣದಲ್ಲೇ.

ಕಣ್ಣಲ್ಲಿ ಕಣ್ಣಿಟ್ಟು ಆಕಾಂಕ್ಷ ಮಾತು ಶುರು ಮಾಡುವಾಗ ಕಾಲ ಹಿಂದೆ ಸರಿಯುತ್ತದೆ.

ಅಪಾರ್ಟ್ಮೆಂಟ್ ಮೀಟಿಂಗ್ ಹಾಲ್ ನಲ್ಲಿ ಅಪಾರ್ಟ್ಮೆಂಟ್ ನಿವಾಸಿಗಳು ಸಭೆ ಸೇರಿದ್ದಾರೆ. ಎಲ್ಲರೂ ಒಟ್ಟೊಟ್ಟಿಗೆ ಏನೇನೋ ಕೂಗುತ್ತಿದ್ದಾರೆ. ಯಾರಿಗೂ ಏನೂ ಅರ್ಥವಾಗುತ್ತಿಲ್ಲ. ಇದನ್ನೆಲ್ಲ ಗಮನಿಸಿದ ಶಂಕರ ಎದ್ದು ಎಲ್ಲರನ್ನೂ ಸಮಾಧಾನ ಮಾಡಿ ಕೂರಿಸಿದ.

ಎಲ್ಲರೂ ಕೂತಮೇಲೆ... ಸಂದರ್ಭ ತಿಳಿಯಾದ ಮೇಲೆ ಮಾತು ಹರಿಸಿದ ಶಂಕರ "ನಾವೆಲ್ಲರೂ ಒಟ್ಟಿಗಿರ್ಬೇಕೇ ಹೊರತು ಹೀಗೆ ಕಿತ್ತಾಡ್ಬಾರ್ದು

ಇಲ್ಲಾಂದ್ರೆ ಯಾವ್ ಸಮಸ್ಯೆಯೂ ಬಗೆ ಹರಿಯೋದಿಲ್ಲ."

ಅಪಾರ್ಟ್ಮೆಂಟ್ ಅಸೋಸಿಯೇಷನ್ ಅಧ್ಯಕ್ಷ ಕಲ್ಯಾಣ್ ಸಿಂಗ್ ಕಡೆಗೆ ತಿರುಗಿ "ನೋಡಿ ನಿಮ್ಮ ಹಾಗೇ ನಾನು ಬ್ಯಾಂಕ್ ಮ್ಯಾನೇಜರ್ ಆಗಿದ್ದೆ. ನಿಮಗೂ ಒಂದು ಅಪಾರ್ಟ್ಮೆಂಟ್ ನಲ್ಲಿ ಆಗ್ಬಹುದಾದ ಪ್ರಾಬ್ಲಮ್ಗಳು ಗೊತ್ತಿರುತ್ತೆ. ಒಂದೇ ಒಂದು ಪ್ರಶ್ನೆ.. ಯಾಕೆ ನೀವು ಏನೂ ಕಂಪ್ಲೀಟ್ ಆಗ್ದೆ ಇರೋ ಅಪಾರ್ಟ್ಮೆಂಟ್ಗೆ ಅಸೋಸಿಯೇಷನ್ ಮಾಡ್ಸಿ ಅದಕ್ಕೆ ಅಧ್ಯಕ್ಷರಾಗಿದ್ದು?" ಎಂದು ಗಂಭೀರವಾಗಿ ಪ್ರಶ್ನಿಸಿದ ಶಂಕರ. ಅವನ ಮಾತಿನಲ್ಲಿ ಮರ್ಯಾದೆ ಕಡಿಮೆ ಇರಲಿಲ್ಲ.

ಕಲ್ಯಾಣ್ ಏನೂ ಉತ್ತರಿಸದೇ "ನಾನು ರಾಜೀನಾಮೆ ಕೊಡ್ತಿದ್ದೀನಿ ಅಷ್ಟೇ" ಎಂದು ಜೋರು ಧನಿಯಲ್ಲಿ ಹೇಳಿ ಹೊರಟ, ಅವನ ಕೈಹಿಡಿದ ಶಂಕರ "ಸಮಸ್ಯೆಯಿಂದ ಓಡಿ ಹೋಗೋದೇ ಒಂದು ಸಮಸ್ಯೆ ಕಲ್ಯಾಣ್.. ಬನ್ನಿ ಮಾತಾಡೋಣ..." ಎಂದು ಕರೆದು ಕೂರಿಸಿದ.

"ಕ್ಷಮಿಸಿ.. ಹಣದ ಆಸೆಗೆ ಹೀಗ್ಮಾಡ್ದೆ" ಕೈ ಜೋಡಿಸಿದ ಕಲ್ಯಾಣ್ ಅಳುತ್ತಿದ್ದ.

"ನಿಮ್ಗೆಲ್ಲ ಗೊತ್ತಿರೋ ಹಾಗೆ ಲ್ಯಾಂಡ್ ಓನರ್ ಸತೀಶ್ ಚಕ್ರವರ್ತಿ, ಬಿಲ್ಡರ್ ಕೈಲಾಶ್ ಚೌಹಾನ್,

ಮತ್ತು ಎಂ.ಎಲ್.ಎ ಸುದರ್ಶನ ಗೌಡ ಅವ್ರು ಪಾರ್ಟನರ್ಶಿಪ್ ನಲ್ಲಿ ಈ ಪ್ರಾಜೆಕ್ಟ್ ಇರೋದು. ಅವರವರ ಮಧ್ಯೆ ಏನೋ ಮನಸ್ತಾಪ ಆಗಿ ಅವರು ಬೇರೆ ಆಗಿದ್ದಾರೆ. ಅದಕ್ಕೆ ಈಗೆಲ್ಲ ಕೆಲ್ಸ ಅರ್ಧಕ್ಕೆ ನಿಂತಿದೆ. ಸುದರ್ಶನ ಗೌಡ ನಿಮ್ಮಗಳ ಬೇಡಿಕೆಗಳ, ನಿಂತ ಕೆಲಸಗಳ ಒತ್ತಡ ಜಾಸ್ತಿಯಾಗಿ ಒಂದು ಅಸೋಸಿಯೇಷನ್ ಮಾಡಿ ನನ್ನ ಅಧ್ಯಕ್ಷ ಮಾಡಿದ್ರು. ನಿಮ್ಮ ಸಮಸ್ಯೆಗಳು ಅವ್ರ ಬಳಿ ಹೋಗ್ಬಾರ್ದು ಅನ್ನೋದು ಅವ್ರ ಉದ್ದೇಶ ಆಗಿತ್ತು. ಅಷ್ಟೇ ಅಲ್ಲ ನನಗೆ ತಿಂಗಳಿಗೆ ಮೂವತ್ತು ಸಾವಿರ ಸಂಬಳ ಕೊಟ್ರು ಅದಕ್ಕೆ." ಎಂದು ಮಾತು ಮುಗಿಸಿದ.

ಹಣೆ ಚಚ್ಚಿಕೊಳ್ಳುತ್ತ "ಸರಿ... ಆಗಿದ್ದು ಆಗಿದೆ.. ಏನು ಮಾಡ್ಬೇಕೋ ನೋಡೋಣ." ಹದಿನೈದು ದಿನ ಬಿಟ್ಟು ಸಿಗುವಂತೆ ಎಲ್ಲರೂ ಮತ್ತೆ ಸಿಗುವಂತೆ ಕೇಳಿಕೊಂಡು ಅಲ್ಲಿ ನೆರೆದಿದ್ದವರನ್ನು ಸಮಾಧಾನ ಮಾಡಿ ಎಲ್ಲರನ್ನೂ ಕಳುಹಿಸಿದ ಶಂಕರ.

ಕಾಲಚಕ್ರ ಮತ್ತೆ ವಾಸ್ತವಕ್ಕೆ ಮರುಳುತ್ತದೆ.

ಆಕಾಂಕ್ಷ ಮಾತು ಮುಂದುವರೆಸಿ "ಅದಾದ್ಮೇಲೆ ಅಪ್ಪ ಅಮ್ಮ, ಅಪ್ಪನ ಸ್ನೇಹಿತರ ಮಗನ ಮದುವೆ ಅಂತ ಅಸ್ಸಾಂಗೆ ಹೋಗಿದ್ರು. ಅವ್ರು ವಾಪಸ್ ಬರೋ ಅಷ್ಟರಲ್ಲಿ ಕಲ್ಯಾಣ್ ಊರು ಬಿಟ್ಟು ಹೋಗಿದ್ರು. ಸತೀಶ್ ಅಸೋಸಿಯೇಷನ್ ಪ್ರೆಸಿಡೆಂಟ್ ಆಗಿದ್ರು." ಹೊಸದೊಂದು ವಿಷಯ ತಿಳಿಸಿದಳು.

ಅಲ್ಲೆ ಇದ್ದ ಡ್ರಾಯರ್ ತೆಗೆದು ಅದರಲ್ಲಿದ್ದ ಒಂದು ಕಾಗದ ಹೊರ ತೆಗೆದು ಸಮರ್ಥನ ಕೈಗಿಟ್ಟು

"ಇದು ಲೋಕಲ್ ಅಥಾರಿಟಿ ಕಳ್ಸಿರೊ ನೋಟಿಸ್... ಈ ನೋಟಿಸ್ ಪ್ರಕಾರ ಹದಿನೈದು ದಿನಗಳ ಒಳಗೆ ಜಾಗ ಖಾಲಿ ಮಾಡ್ಬೇಕಿತ್ತು. ಈ ಜಾಗ ಒತ್ತುವರಿ ಆಗಿದೆ, ಮತ್ತೆ ಅರ್ಧಭಾಗ ಸರ್ಕಾರಕ್ಕೆ ಸೇರಿದ್ದು ಅಂತಿದೆ. ಅದ್ರ ಅಪ್ಪಂಗೆ ಇದೆಲ್ಲ ಸತೀಶನ ಕೈವಾಡ ಅಂತ ಗೊತ್ತಾಗೋಕೆ ಜಾಸ್ತಿ ಸಮಯ ಬೇಕಾಗ್ಲಿಲ್ಲ," ಎಂದು ಮಾತು ನಿಲ್ಲಿಸಿದಳು.

ಸಮರ್ಥ "ಇದೆಲ್ಲ ನನಗ್ಯಾಕೆ ಕಳೆದೆರಡು ವರ್ಷದಿಂದ ಹೇಳಿಲ್ಲ!?" ಎಂದು ಪ್ರಶ್ನೆ ಮಾಡಿದ.

"ಇದೆಲ್ಲ ಶುರುವಾಗಿದ್ದೇ ಕೆಲ ದಿನಗಳಿಂದ ಯಾರಿಗೂ ಅದರ ಊಹೆನೂ ಇರ್ಲಿಲ್ಲ. ಅಲ್ಲೀವರ್ಗೂ ಎಲ್ಲಾ ಚೆನ್ನಾಗೇ ಇತ್ತು." ಎಂದಳು ಆಕಾಂಕ್ಷ.

ಸಮರ್ಥನಿಗೆ ಯಾವುದೋ ಸುಳಿಯೊಳಗೆ ಸಿಲುಕಿದಂತೆ ಆಯಿತು. ಯಾವುದಕ್ಕೂ ಉತ್ತರ ಸಿಗದಿರೋ ಸಮಯದಲ್ಲಿ ಹೊಸ ವಿಷಯಗಳ ಅನಾವರಣ...

ಅಧ್ಯಾಯ ೫: ಸುಳಿವು

ಕೌತುಕ, ಸಂಕಟ ಈಗ ಸಮರ್ಥನ ಎದೆಗೂಡಲ್ಲಿ ಮನೆಮಾಡಿದ್ದವು. ತನ್ನ ಅಪಾರ್ಟ್ಮೆಂಟ್ ಜಾಗದ ಮಾಲೀಕ ಸತೀಶ ಚಕ್ರವರ್ತಿಯ ಹತ್ತಿರ ಸಿಸಿ ಟಿವಿ ವಿಷಯವಾಗಿ ಮಾತಾಡಲೇಬೇಕಿತ್ತು. ಅದಕ್ಕೆ ಕಾರಣ ಸೆಕ್ಯೂರಿಟಿ ಮ್ಯಾನೇಜರ್ ಹೇಳಿದ ಪಾಸ್ ವರ್ಡ್. ಸತೀಶ ಇಲ್ಲದೆ ಅದು ಅವನಿಗೆ ಸಿಗುವುದಿಲ್ಲ...

ಆಕಾಂಕ್ಷಾ ಸತೀಶನ ಬಗ್ಗೆ ಆಡಿದ ಮಾತುಗಳು ಅವನ ಕಿವಿಯಲ್ಲಿ ಗುನುಗುತ್ತಲೇ ಇತ್ತು.

ಆದದ್ದು ಆಗಲಿ ಹೋಗೋಣ ಎಂದು ಹೊರಟು ನಿಂತ. ಅಲ್ಲೇ ಸೆಕ್ಯೂರಿಟಿ ಮ್ಯಾನೇಜರ್ ಹತ್ರ ಸತೀಶ ಏನನ್ನೋ ಮಾತಾಡುತ್ತಿರುವುದನ್ನು ಕಂಡ. ಅವನ ಬಳಿ ಹೋಗಿ "ಸರ್ ನಮಸ್ಕಾರ" ಅಂದ.

ಅವನ ಮಾತುಗಳ ಲಕ್ಷಿಸದೆ ತನ್ನ ಮಾತುಗಳನ್ನು ಮ್ಯಾನೇಜರ್ ಜೊತೆಗೆ ಮುಂದುವರೆಸಿದ.

ಏನೂ ಹೇಳದೆ.. ನೋಡಿದರೂ ನೋಡದಂತೆ ಹೊರಟ ಸತೀಶ. ಅವನ ಬೆನ್ನ ಹಿಂದೆ ಇದ್ದ ಸಮರ್ಥ ಈಗವನ ಕಣ್ಣು ಮುಂದೆ ಓಡಿ ಬಂದು ಅಡ್ಡಗಟ್ಟಿ ನಿಂತ.

ಅವನ ಪ್ರತಿಕ್ರಿಯೆಯನ್ನು ಕಾಯದೆ "ನಾನು ಸಿಸಿ ಟಿವಿ ವಿಡಿಯೋ ನೋಡ್ಬೇಕು. ಬನ್ನಿ ಪಾಸ್ ವರ್ಡ್ ಹಾಕಿ ಓಪನ್ ಮಾಡಿಕೊಡಿ ಪ್ಲೀಸ್," ಎಂದುಬಿಟ್ಟ ಸಮರ್ಥ. ಅವನ ಮಾತುಗಳಲ್ಲಿ ಮರ್ಯಾದೆಗೇನೂ ಕೊರತೆ ಇರಲಿಲ್ಲ.

"ಕೇಸ್ ಪೋಲಿಸ್ ಹತ್ರ ಇದ್ಯಲ್ಲ... ಕೋರ್ಟ್ ಅಲ್ಲಿದೇ ತಾನೇ.. ನಿಂಗ್ಯಾಕೆ ಉಸಾಬರಿ" ವ್ಯಂಗವಾಗಿ ನುಡಿದ ಸತೀಶ.

"ಸತ್ತವರು ನನ್ನವರು... ನನ್ನ ತಂದೆ ತಾಯಿ." ಗಟ್ಟಿಯಾಗಿ ಉತ್ತರಿಸಿದ ಸಮರ್ಥ.

"ಸಿಕ್ಕಿ ಹಾಕಿಕೊಂಡಿರೋದು ನಿನ್ನ ಹೆಂಡತಿ ಆಗ್ಬೇಕಿರೋರು." ಕುಹಕವಾಡಿದ ಸತೀಶ, "ಹೋಗು ಕೆಲ್ಸ ನೋಡು" ಎಂದು ಹೊರಟವನ ಮುಂದೆ ಸಮರ್ಥ ದೃಢವಾಗಿ ನಿಂತ.

ಅವನ ಕಣ್ಣಲ್ಲಿ ಕಣ್ಣಿಟ್ಟು "ನೀವೇ ಹೇಳಿದ್ರಲ್ಲ... ಕೇಸ್ ಕೋರ್ಟಲ್ಲಿದೆ ಅಂತ. ಅದರ ಬಗ್ಗೆ ಮಾತ್ಬೇಡ. ನಾನು ಫೂಟೇಜ್ ನೋಡ್ಬೇಕು ಅಷ್ಟೇ, ದಯಮಾಡಿ ಪಾಸ್ ವರ್ಡ್ ಹಾಕಿ ವಿಡಿಯೋ ಓಪನ್ ಮಾಡಿಕೊಡಿ," ಎಂದು ತನ್ನ ಉದ್ದೇಶ ಹಾಗು ಬೇಡಿಕೆ ತಿಳಿಸಿದ ಸಮರ್ಥ.

"ನಿನ್ನಪ್ಪ ಏನ್ಮಾಡಿದ ಗೊತ್ತ!?" ಕುಪಿತ ಕಣ್ಣುಗಳಿಂದ ಪ್ರಶ್ನೆಮಾಡಿದ ಸತೀಶ.

"ನಾನು ನನ್ನ ಜಾಗಾನ ಬಿಡ್ಸಿಕೊಳ್ಳೋಕೆ ಅಂತ ನಾನು ಈ ಬಿಲ್ಡಿಂಗ್ ಇಲ್ಲೀಗಲ್ ಅಂತ ಕೆಡವ್ತೋದಕ್ಕೆ ಆರ್ಡರ್ ತಂದರೆ, ನಿನ್ನಪ್ಪ ಕೋರ್ಟ್ಗೆ ಹೋಗಿ ಸ್ಟೇ ತರ್ತಾನೆ."

ಸತೀಶ ತನ್ನ ಮಾತು ಕೊಂಚ ನಿಲ್ಲಿಸಿ ಸಮರ್ಥನ ಮುಖಕ್ಕೆ ಮುಖ ಹತ್ತಿರ ತಂದು, "ಸರಿ... ಇದೆಲ್ಲ ಬಿಟ್ಟು ಬಿಡು, ನಿನ್ನ ಹಣ ನಿನಗೆ ಕೊಡ್ತೀನಿ, ಜೊತೆಯಲ್ಲಿ ಇನ್ನೂ ಹತ್ತು ಲಕ್ಷ ಕೊಡ್ತೀನಿ ಖಾಲಿ ಮಾಡ್ಕೊಂಡು ಹೋಗು ಅಂದ್ರೆ... ಇಲ್ಲ ಆಗಲ್ಲ.. ಎಲ್ಲರಿಗೂ ಅಷ್ಟು ದುಡ್ಡು ವಾಪಸ್ ಮಾಡು, ಜೊತೆಗೆ ಹತ್ತು ಪರ್ಸೆಂಟ್ ಬಡ್ಡಿ ಕೊಡು ಅಂದ ಬಡ್ಡಿಮಗ." ಎಂದು ಮಾತು ಮುಗಿಸಿದ.

ಅವನ ಮಾತುಗಳನ್ನು ಕೇಳಿ ಉರಿಯುತ್ತಿರುವ ಕೋಪದಿಂದ ಸಮರ್ಥನ ಕಣ್ಣುಗಳು ಕೆಂಪಾಗಿದ್ದವು.

"ಕೇಸ್ ಕೋರ್ಟ್ ನಲ್ಲಿದ್ಯಲ್ಲ... ಈಗ ಹೊರಡು.. ಆಮೇಲೆ ನೋಡ್ಕೋಣಂತೆ..." ಎಂದು ಸತೀಶ ಹೊರಟು ಬಿಟ್ಟ.

ಸಿಟ್ಟಿನಿಂದ ಹೊರಟ ಸಮರ್ಥ.. ಆಕಾಂಕ್ಷಾಳ ಮನೆಯ ಸೋಫಾದ ಮೇಲೆ ಕುಳಿತ. ಅವನ ವರ್ತನೆ

ಕಂಡು ಏನು ನಡೆದಿದೆ ಅಂತ ಯಾರನ್ನೂ ಕೇಳಬೇಕಿರಲಿಲ್ಲ.. ಯಾರಿಗೂ ಹೇಳಬೇಕಿರಲಿಲ್ಲ...

ಅಷ್ಟರಲ್ಲಿ ಆಕಾಂಕ್ಷಾಳ ಮನೆಯ ಡೋರ್ ಬೆಲ್ "ಡಿಂಗ್" ಎಂದು ಹೊಡೆದುಕೊಂಡಿತು.

ಪ್ರಣೀತ ಹೋಗಿ ಬಾಗಿಲು ತೆಗೆದಳು. ಅವಳಲ್ಲಿ ಕಂಡಿದ್ದು ಒಬ್ಬ ಅಪರಿಚಿತ ವ್ಯಕ್ತಿಯನ್ನು. "ಯಾರು ಬೇಕು?" ಮೆಲುದನಿಯಲ್ಲಿ ಕೇಳಿದಳು.

"ನಾನು ಈ ಪಕ್ಕದ ಫ್ಲಾಟ್ ನವನು." ತನ್ನ ಬಗ್ಗೆ ಸಣ್ಣ ಸುಳಿವು ಕೊಟ್ಟ ಆ ಅಪರಿಚಿತ ವ್ಯಕ್ತಿ.

ಪ್ರಣೀತ ಏನನ್ನಾದರೂ ಮಾತಾಡುವ ಮೊದಲೇ "ಒಳಗೆ ಬರಬಹುದಾ? ಸ್ವಲ್ಪ ಮಾತಾಡೋದಿತ್ತು.. ತುಂಬಾ ಇಂಪಾರ್ಟೆಂಟ್," ಎಂದ ಅಪರಿಚಿತ ವ್ಯಕ್ತಿ ಬಾಗಿಲಲ್ಲೇ ನಿಂತು.

ಸಮರ್ಥ ಈ ಮಾತನ್ನು ಕೇಳಿ ಬಾಗಿಲ ಬಳಿ ಬಂದು "ನನಗೆ ನಿಮ್ಮ ಪರಿಚಯ ಇಲ್ಲ.. ಯಾರು ನೀವು... ಏನಾಗಬೇಕಿತ್ತು?" ಎಂದು ಪ್ರಶ್ನಿಸಿದ.

"ನನಗೂ ನಿಮ್ಮ ಪರಿಚಯ ಇಲ್ಲ... ನಿಜ ಹೇಳಬೇಕೆಂದರೆ ಆಕಾಂಕ್ಷಾ ಅವರಿಗೂ ನಾನ್ಯಾರು ಅಂತ ಗೊತ್ತಿಲ್ಲ. ಇಲ್ಲೇ ಮಾತಾಡೋಕೆ ಆಗಲ್ಲ.. ಒಳಗೆ ಬರಬಹುದಾ ಪ್ಲೀಸ್ .. ತುಂಬಾ ಮುಖ್ಯವಾದ

ವಿಷಯ ಇದು... ಅರ್ಥ ಮಾಡ್ಕೊಳಿ..." ಎಂದ ಅಪರಿಚಿತ.

ಒಳಗೆ ಬರುವಂತೆ ಸನ್ನೆ ಮಾಡಿದ ಸಮರ್ಥ. ಆತ ಒಳಗೆ ಬರುತ್ತಿದ್ದಂತೆ ಬಾಗಿಲು ಹಾಕಿದಳು ಪ್ರಣೀತ.

ಅಲ್ಲೇ ಇದ್ದ ಸೋಫಾದ ಮೇಲೆ ಕೂತ. ಅವನ ಹಣೆಯ ಮೇಲೆ ಬೆವರಿತ್ತು, ಕೈ ನಡುಗುತ್ತಿತ್ತು. ಅವನ ಕಂಡು "ಯಾರು ನೀವು? ಏನ್ ವಿಷಯ?" ಎಂದ ಸಮರ್ಥ.

"ನಾನು ಸಿಮ್ರಾನ್ ಸಿಂಗ್... ಕಲ್ಯಾಣ್ ಅವರ ತಮ್ಮ." ತನ್ನ ಗುರುತು ಬಿಟ್ಟುಕೊಟ್ಟ.

"ಕಲ್ಯಾಣ್ ಎಲ್ಲಿ?" ಮರು ಮಾತಲ್ಲೇ ತನ್ನ ಪ್ರಶ್ನೆ ಇಟ್ಟ ಸಮರ್ಥ.

ತಲೆ ತಗ್ಗಿಸಿ ಸಣ್ಣ ದನಿಯಲ್ಲಿ "ಅವನು ಕಾಣ್ತಾಯಿಲ್ಲ... ತುಂಬಾ ದಿನಗಳಾಗಿದೆ." ಎಂದು ತನ್ನ ನೋವು ಹೇಳಿಕೊಂಡ ಸಿಮ್ರಾನ್.

ಒಮ್ಮೆಲೇ ದಿಗ್ಭ್ರಾಂತನಾದ ಸಮರ್ಥ "ಏನ್ ಹೇಳ್ತಿದ್ದೀರಿ?" ಅಂದ.

"ಹೌದು.. ಕಲ್ಯಾಣ್ ಕಾಣ್ತಾಯಿಲ್ಲ... ಎಲ್ಲಿದ್ದಾನೋ.. ಹೇಗಿದ್ದಾನೋ.. ಗೊತ್ತಿಲ್ಲ... ಅವನನ್ನ ಹೇಗಾದರೂ

ಸಂಪರ್ಕ ಮಾಡೋಕೆ ಆಗ್ತಾಯಿಲ್ಲ. ಅವನು ಎಲ್ಲಿಗೆ ಹೋಗ್ತಾನೆ? ನಾವು ಪಂಜಾಬ್ ನವರು, ನಮ್ಮ ಇಡೀ ಮನೆತನ ಬೆಂಗಳೂರಿಗೆ ಬಂದು ಹತ್ತು ವರ್ಷ ಆಯ್ತು. ಅವನು ಎಲ್ಲಿಗೆ ಹೋಗೋಕೆ ಸಾಧ್ಯ?" ವಾಸ್ತವ ಕಠಿಣವಾಗೇ ಇದೆ ಎಂದು ತೆರೆದಿಟ್ಟ ಸಿಮ್ರಾನ್..

"ಕಲ್ಯಾಣ್ ಸೈಡ್ ಬ್ಯುಸಿನೆಸ್ ಮಾಡ್ತಾ ಇದ್ದ, ಅಲ್ಲಿ ತುಂಬಾನೇ ನಷ್ಟ ಅನುಭವಿಸಿದ್ದ. ಅವನಿಗೆ ಸಾಲದ ಹೊರೆ ಇತ್ತು. ಅದಕ್ಕಾಗಿ ಅವನು ಈ ಅಸೋಸಿಯೇಷನ್ ಪ್ರೆಸಿಡೆಂಟ್ ಆಗೋಕೆ ಒಪ್ಪಿಕೊಂಡಿದ್ದ. ತಿಂಗಳಿಗೆ ಮೂವತ್ತು ಸಾವಿರ ಸಿಗುತ್ತೆ ಅಂತ." ಕಲ್ಯಾಣ್ ಪರಿಸ್ಥಿತಿ ತಿಳಿಸಿದ ಸಿಮ್ರಾನ್.

"ಅವತ್ತು..." ಎನ್ನುತ್ತ ಕಣ್ಣು ಮುಚ್ಚಿದ ಸಿಮ್ರಾನ್. ಗಡಿಯಾರದ ಮುಳ್ಳುಗಳು ನಮ್ಮನ್ನ ಹಿಂದಕ್ಕೆ ಕರೆದೊಯ್ಯುತ್ತದೆ.

ಅನಾಮಧೇಯ ಸಂಖ್ಯೆ ಇಂದ ಸಿಮ್ರಾನ್ ಕರೆ ಬರುತ್ತಿತ್ತು... ಹೊಡೆದುಕೊಳ್ಳುತ್ತಿದ್ದ ಮೊಬೈಲ್ ಕರೆ ಸ್ವೀಕರಿಸಿದ ಸಿಮ್ರಾನ್.

"ಸಿಮ್ರಾನ್" ಎಂದ ಧ್ವನಿಯು ಕಲ್ಯಾಣ್ ನದ್ದು ಎಂದು ಅರ್ಥವಾಯಿತು ಅವನಿಗೆ.

"ನಮ್ಮ ಅಪಾರ್ಟ್ಮೆಂಟ್, ಈ ಅಸೋಸಿಯೇಷನ್ ಎಲ್ಲಾ.. ಎಲ್ಲಾ ಬೋಗಸ್... ನಿನಗೆ ಒಂದು ಪ್ಯಾಕೇಜ್ ಬರುತ್ತೆ ಇಟ್ಟುಕೊಂಡಿರು. ಯಾರಿಗೂ ಏನೂ ಹೇಳಬೇಡ.. ಕೇಳಬೇಡ.. ಶಂಕರ್ ಅಂಕಲ್ ಅವ್ರಿಗೂ ಒಂದು ಕಾಪಿ ಕಳಿಸಿದ್ದೀನಿ. ಮುಂದೆ ಉಪಯೋಗಕ್ಕೆ ಬರುತ್ತೆ." ಕರೆ ಅರ್ಧಕ್ಕೆ ನಿಂತಿತು.

ಪ್ರಸ್ತುತ

ಸಿಮ್ರಾನ್ ಸಮರ್ಥನ ಕಡೆಗೆ ತಿರುಗಿ ಕಲ್ಯಾಣ್ ಕಳಿಸಿದ ಪ್ಯಾಕೇಜ್ ಕೊಟ್ಟ. ಸೀಲ್ ಓಪನ್ ಆಗದೆ ಹಾಗೇ ಇತ್ತು ಅದು. "ಇದರಲ್ಲಿ ಏನಿದೆ ನೋಡಿ.. ಏನಾದರೂ ಗೊತ್ತಾಗಬಹುದು, ಸಾಕ್ಷಿ ಸಿಗಬಹುದು." ಎನ್ನುತ್ತ ಇದು ಕೊಲೆ ನಡೆದ ದಿನ ತನ್ನ ಕೈಸೇರಿತು ಅಂತಲೂ ತಿಳಿಸಿದ.

ಸಮರ್ಥ ಆ ಪ್ಯಾಕೇಜ್ ತೆಗೆದಾಗ ಅವನಿಗೆ ಅದರಲ್ಲಿ ಕಂಡಿದ್ದು ಒಂದು ಪೆನ್ ಡ್ರೈವ್. ಅಲ್ಲೇ ಇದ್ದ ಆಕಾಂಕ್ಷಾಳ ಲ್ಯಾಪ್‌ಟಾಪ್ ತೆಗೆದು ಪೆನ್ ಡ್ರೈವ್ ಹಾಕಿದ.

ಆ ಪೆನ್ ಡ್ರೈವ್ ಅನ್ನು "ಎವಿಡೆನ್ಸ್" ಎಂದು ಹೆಸರಿಸಿದ್ದ ಕಲ್ಯಾಣ್.

ಅದರಲ್ಲಿ ಅನೇಕ ಫೈಲ್ಗಳಿದ್ದವು. ಅದರಲ್ಲಿದ್ದ ಕೆಲವು ಫೋಟೋಸ್ ನೋಡಿದ.

ಒಂದು ಛಾಯಾಚಿತ್ರದಲ್ಲಿ ಶಂಕರ ಮತ್ತು ಲಕ್ಷ್ಮೀ ಅಸ್ಸಾಂನಲ್ಲಿ ನಡೆದ ಶಂಕರನ ಸ್ನೇಹಿತನ ಮಗನ ಮದುವೆಗೆ ಹಾಜರಾಗಿದ್ದರು. ಅಲ್ಲಿ ನಡೆದ ಫೋಟೋ ಸೆಷನ್ ನಲ್ಲಿ ಅವರಿಬ್ಬರ ಹಿಂದೆ, ಬಿಳಿಯ ಅಂಗಿ, ಕಪ್ಪು ಪಂಚೆ ಹಾಗೂ ಕಾಲಿಗೆ ಕಡಗ ಧರಿಸಿದ ವ್ಯಕ್ತಿಯೂ ಇದ್ದ. ಆದರೆ ಅವನ ಮುಖ ಮತ್ತೆ ಅಸ್ಪಷ್ಟವಾಗಿತ್ತು.

ಇದನ್ನು ನೋಡಿ ತನ್ನ ತಂದೆ ತಾಯಿಯರ ಚಲನವಲನಗಳನ್ನು ಬಹಳ ಹಿಂದಿನಿಂದ ಹಿಂಬಾಲಿಸುತ್ತಿದ್ದರೆಂದು ಸಮರ್ಥನಿಗೆ ಆಗಷ್ಟೇ ತಿಳಿಯಿತು. ಒಮ್ಮೆ ವಿಚಲಿತನಾದ.

ಆ ಫೋಟೋಗಳಲ್ಲಿ ಮತ್ತೊಂದು ಫೋಟೋ ಓಪನ್ ಮಾಡಿದಾಗ ಅದರಲ್ಲಿ ಸುದರ್ಶನ ಗೌಡನ ಒಬ್ಬ ಅಪರಿಚಿತನ ಜೊತೆಗೆ ಅಪರಿಚಿತ ಜಾಗದಲ್ಲಿದ್ದದ್ದು ಕಂಡಿತು. ಆ ಛಾಯಾಚಿತ್ರ ನೋಡುತ್ತಿದ್ದಂತೆ "ಋತುರಾಜ್ ಗಾಯ್ಕ್ವಾಡ್" ಅಂದ ಅಜಯ್ ಆಶ್ಚರ್ಯಕರವಾಗಿ ಅದು ಗಾಯ್ಕ್ವಾಡ್ ಗೆಸ್ಟ್ ಹೌಸ್ ಎಂದು ತಿಳಿಸಿದ.

"ಯಾರೀತ!?" ಪ್ರಶ್ನಿಸಿದ ಸಮರ್ಥ.

"ಅಸ್ಸಾಂನ ಎಂ.ಎಲ್.ಎ" ಎಂದುತ್ತರಿಸಿದ ಅಜಯ್.

ಇನ್ನೊಂದು ಛಾಯಾಚಿತ್ರದಲ್ಲಿ ಋತುರಾಜ್, ಆ ದಢೂತಿ ದೇಹದ ವ್ಯಕ್ತಿ ಬಿಳಿಯ ಶರ್ಟ್, ಕಪ್ಪು ಪಂಚೆ ಮತ್ತು ಕಾಲಿನಲ್ಲಿ ಕಡಗ ಧರಿಸಿದ್ದವ ಹಾಗೂ ಸುದರ್ಶನ ಗೌಡ ಎಲ್ಲರೂ ಏನನ್ನೋ ಮಾತಾಡುತ್ತಿರುವಂತೆ ಗೋಚರಿಸಿತು.

ಈಗ ಆ ದಢೂತಿ ದೇಹದ ವ್ಯಕ್ತಿಯ ಮುಖ ಬಹಳ ಸ್ಪಷ್ಟವಾಗಿ ಕಂಡಿತು.

ಸಿಸಿ ಟಿವಿ ವಿಡಿಯೋದಲ್ಲಿ ಕೊಲೆಯಾದ ದಿನದ ರೆಕಾರ್ಡಿಂಗ್ ತೆಗೆದು, ಅದರಲ್ಲಿ ಬರುವ ಆ ದಢೂತಿ ದೇಹದ ವ್ಯಕ್ತಿಯ ದೃಶ್ಯ ಬಂದಾಗ ನಿಲ್ಲಿಸಿ, ಸ್ನ್ಯಾಪ್ ಶಾಟ್ ತೆಗೆದುಕೊಂಡ.

ಆ ಸ್ಕ್ರೀನ್ ಶಾಟ್ ಅನ್ನು ಈಗ ಗಾಯ್ಕ್ವಾಡ್ ಇರೋ ಫೋಟೋ ಪಕ್ಕದಲ್ಲಿ ಜೋಡಿಸಿಟ್ಟ. ಈಗ ಆ ವ್ಯಕ್ತಿಯ ಆಕಾರ, ಮೈಕಟ್ಟು, ಬಟ್ಟೆ, ಕಡಗ ಎಲ್ಲದರ ಹೋಲಿಕೆ ಹೊಂದುತ್ತಿತ್ತು.

ಯಾವ ಸುಳಿವು ಇಲ್ಲದೇ ಒದ್ದಾಡುತ್ತಿದ್ದ ಸಮರ್ಥನಿಗೆ ಈಗ ಹೊಸ ರೂಪಕ ಸಿಕ್ಕಿದೆ.

ಅಧ್ಯಾಯ ೬: ಕೊಂಡಿಗಳು

ಸಮರ್ಥನ ಗಮನ ಈಗ ಫೋಟೋಗಳ ಮೇಲೆ ನೆಟ್ಟಿತ್ತು. ಅದರಲ್ಲಿದ್ದ ಒಂದು ಫೋಟೋದಲ್ಲಿ ಎಂ.ಎಲ್.ಎ ಸುದರ್ಶನ ಗೌಡ, ಬಿಲ್ಡರ್ ಕೈಲಾಶ್ ಚೌಹಾಣ್, ಮತ್ತು ಗಾಯ್ಕ್ವಾಡ್ ಏನನ್ನೋ ಮಾತಾಡುತ್ತಿರುವಂತಿತ್ತು. ಅವರ ಜೊತೆಗೆ ಆ ದಢೂತಿ ದೇಹದ ವ್ಯಕ್ತಿ ಬಿಳಿಯ ಅಂಗಿ ಹಾಗೂ ಕಪ್ಪು ಪಂಚೆ ಧರಿಸಿದ್ದ.

"ಇವನೇನೋ? ಎಲ್ಲಿ ನೋಡಿದರೂ ಅದೇ ಬಟ್ಟೆ ಹಾಕೊಂಡಿರ್ತಾನೆ?" ತನ್ನ ಗಡ್ಡ ಕೆರೆಯುತ್ತ ಪ್ರಶ್ನಿಸಿದ ಅಜಯ್.

ಸಮರ್ಥನ ಗಮನ ಅವನ ಮಾತಿನ ಮೇಲಿರಲಿಲ್ಲ. ಅದೇ ಪೆನ್ ಡ್ರೈವ್ ಅಲ್ಲಿದ್ದ ಬ್ಯಾಂಕ್ ಸ್ಟೇಟ್ ಮೆಂಟ್ ತೆಗೆದ. ಒಂದಲ್ಲ, ಅಲ್ಲಿ ಮೂರಿದ್ದವು. ಒಂದರಲ್ಲಿ ಎಂ.ಎಲ್.ಎ ಸುದರ್ಶನ ಗೌಡ ಹಾಗೂ ಗಾಯ್ಕ್ವಾಡ್ ನಡುವೆ ಹಣಕಾಸಿನ ವ್ಯವಹಾರವೇ ತುಂಬಿತ್ತು. ಇನ್ನೊಂದರಲ್ಲಿ, ಗಾಯ್ಕ್ವಾಡ್ ಮತ್ತು ಕೈಲಾಶ್ ನಡುವೆ ನಡೆದ ವ್ಯವಹಾರಗಳಿದ್ದವು.

ಮತ್ತೊಂದರಲ್ಲಿ ಈ ಎಲ್ಲಾ ವ್ಯವಹಾರಗಳ ಸಮ ಮೊತ್ತದಷ್ಟು ಒಂದು ಡಿಮ್ಯಾಟ್ ಖಾತೆಗೆ ಕ್ರಿಪ್ಟೋ ಕರೆನ್ಸಿ ರೂಪದಲ್ಲಿ ವರ್ಗಾವಣೆ ಆಗಿತ್ತು.

ಮತ್ತೊಂದು ಪಿಡಿಎಫ್ ತೆಗೆದ. ಅದು ಒಂದು ಪತ್ರಿಕಾ ವರದಿಯಾಗಿತ್ತು. ಅದರ ಶೀರ್ಷಿಕೆ ಹೀಗಿತ್ತು "ನಾಯ್ಡಾದಲ್ಲಿ ಅತೀ ಎತ್ತರದ ಮೂವತ್ತು ಅಂತಸ್ತಿನ ಕಟ್ಟಡ ನೆಲಸಮ - ಕಳಪೆ ಕಾಮಗಾರಿಯೇ ಇದಕ್ಕೆ ಕಾರಣ."

ಅದರಲ್ಲಿದ್ದ ವರದಿಯನ್ನು ವಿಸ್ತಾರವಾಗಿ ಓದಿದ ಸಮರ್ಥ "ನಾಯ್ಡಾದಲ್ಲಿ ಮೂವತ್ತು ಅಂತಸ್ತಿನ ಕಟ್ಟಡ ಕೆಳಗುರುಳಿದೆ. ಕಟ್ಟದ ಕಾಮಗಾರಿ ಆರು ತಿಂಗಳ ಹಿಂದೆಯಷ್ಟೇ ಮುಗಿದಿತ್ತು. ಈ ಕಟ್ಟಡ ಕಟ್ಟಿದ ಕಂಪನಿ 'ಪೀಪಲ್ಸ್ ಆಲ್ಟ್ರೈಟಿ ಸ್ಪೇಸ್' ಯಾವುದೇ ಪ್ರತಿಕ್ರಿಯೆ ನೀಡಿಲ್ಲ. ಅವರು ಪ್ರತಿಕ್ರಿಯೆ ನೀಡಲು ನಿರಾಕರಿಸಿದರು."

ಅಲ್ಲೇ ಇದ್ದ ಒಂದು ಬಾಟಲ್ ನೀರು ತೆಗೆದು ಕುಡಿದ. ತನ್ನ ಬಾಯಿಯನ್ನು ಒರೆಸಿಕೊಂಡು ಮತ್ತೆ ಓದಲು ಶುರುಮಾಡಿದ ಸಮರ್ಥ.

"ಇದೀಗ ತಿಳಿದು ಬಂದಿರುವ ವಿಷಯವೇನೆಂದರೆ, ಈ ಕಾಮಗಾರಿಗೆ ನೀಡಿದ ಎಲ್ಲಾ ರೀತಿಯ ಅನುಮತಿಯನ್ನು ಉಲ್ಲಂಘನೆ ಮಾಡಲಾಗಿದೆ. ಎಲ್ಲಾ ನಿಯಮಗಳನ್ನು ಗಾಳಿಗೆ ತೂರಿದ್ದಾರೆ. ಕಟ್ಟಡ ಕಟ್ಟಬೇಕಾಗಿದ್ದಿದ್ದು ಕೇವಲ ಎರಡು ಎಕ್ಕರೆ ಜಾಗದಲ್ಲಿ, ಮತ್ತು ಎರಡು ಭಾಗದಲ್ಲಿ ಸುಮಾರು ಇನ್ನೂರು ಮನೆಗಳನ್ನು ಮಾತ್ರ. ಅದೂ ನಾಲ್ಕು

ಅಂತಸ್ತು ಮಾತ್ರ. ಆದರೆ, ಈ ಕಟ್ಟಡ ಸುಮಾರು ಹತ್ತು ಎಕರೆ ಜಾಗದಲ್ಲಿ, ಮೂವತ್ತು ಅಂತಸ್ತಿನಿಂದ ಕೂಡಿತ್ತು. ಅಷ್ಟೇ ಅಲ್ಲ, ಸುಮಾರು ಎರಡು ಸಾವಿರ ಮನೆಗಳಿದ್ದವು. ಈಗ ಇವಿಷ್ಟೂ ಕೆಳಗುರುಳಿವೆ. ಇದಕ್ಕೆ ಹೊಣೆ ಯಾರು? ಆದ ನಷ್ಟಗಳಿಗೆ ಪರಿಹಾರ ಕೊಡೋದು ಯಾರು?"

ಇನ್ನೊಂದು ಪಿಡಿಎಫ್ ತೆಗೆದ. ಅದು ಮತ್ತೊಂದು ಪತ್ರಿಕಾ ವರದಿಯಾಗಿತ್ತು. ವರದಿ ಹೀಗಿತ್ತು "ಉತ್ತರ ಭಾರತದಲ್ಲಿ ಹೊಸ ರಾಕ್ಷಸನ ಜನನ"

ಅದನ್ನೂ ಸವಿವರವಾಗಿ ಓದಿದ ಸಮರ್ಥ "ಈ ಫೋಟೋದಲ್ಲಿರುವ ವ್ಯಕ್ತಿ ನರರೂಪದ ರಾಕ್ಷಸ. ಈತ ಈವರೆಗೂ ಸುಮಾರು ನೂರೈವತ್ತು ಜನರನ್ನು ಕೊಂದಿದ್ದಾನೆ. ಇದು ಇತ್ತೀಚೆಗೆ ಬಂದ ಸುದ್ದಿ. ಇವನು ಯಾರು? ಎಲ್ಲಿಂದ ಬಂದವನು? ಇವನಿಗೆ ಸಂಬಂಧಿಸಿದ ಯಾವುದೇ ರಾಷ್ಟ್ರೀಯ ದಾಖಲೆ ಅಥವಾ ಗುರುತಿನ ಚೀಟಿ ಸಿಕ್ಕಿಲ್ಲ. ಈ ವ್ಯಕ್ತಿಯ ಹೋಲಿಕೆ ಇರುವ ದಾಖಲೆಯೂ ಸಿಕ್ಕಿಲ್ಲ. ಈ ರಾಕ್ಷಸ ಈ ದೇಶಕ್ಕೆ ಸೇರಿದವನಾ? ಯಾರಿರಬಹುದು? ಪೋಲಿಸ್ ಹಾಗೂ ಗುಪ್ತಚರ ಇಲಾಖೆ ಏನು ಮಾಡುತ್ತಿದೆ?"

ಸಮರ್ಥ ಆಕಾಂಕ್ಷಾಳ ಲ್ಯಾಪ್‌ಟಾಪ್ ನಲ್ಲಿದ್ದ ದಢೂತಿ ವ್ಯಕ್ತಿಯ ಸ್ಕ್ರೀನ್ ಶಾಟ್ ಫೋಟೋ ತೆಗೆದು, ಆ ಪತ್ರಿಕಾ ವರದಿಯಲ್ಲಿರವ ಛಾಯಾಚಿತ್ರದ ಪಕ್ಕ

ಇಟ್ಟ. ಇನ್ನೊಂದು, ಗಾಯ್ಕ್ವಾಡ್, ಸುದರ್ಶನ ಹಾಗೂ ಈ ದಢೂತಿ ವ್ಯಕ್ತಿ ಇದ್ದ ಫೋಟೋವನ್ನು ಲ್ಯಾಪ್ ಟಾಪ್ ಪರದೆಯ ಮೇಲೆಳೆದು ಇಟ್ಟ... ಎಲ್ಲದರಲ್ಲೂ ಹೋಲಿಕೆ ಕಂಡಿತು...

ಅಜಯ್ ಅಷ್ಟರಲ್ಲಿ ತನ್ನ ಕೈ ಚಾಚಿ ಲ್ಯಾಪ್‌ಟಾಪ್ ಮೇಲಿಟ್ಟು "ಇಲ್ನೋಡು!" ಎಂದ.

ಅದು ಸುಮಾರು ಅರ್ಧ ಪುಟದಷ್ಟಿತ್ತು. ಅದರ ಶೀರ್ಷಿಕೆ ಹೀಗಿತ್ತು "ಮೊದಲ ವರ್ಷದ ಪುಣ್ಯಸ್ಮರಣೆ - ಋತುರಾಜ್ ಗಾಯ್ಕ್ವಾಡ್" ಅವನ ಭಾವಚಿತ್ರ ಇತ್ತು.

ಇದನ್ನು ನೋಡಿದ ಸಮರ್ಥ "ಈ ನ್ಯೂಸ್ ಪೇಪರ್ ಬಂದು ಐದು ವರ್ಷ ಆಗಿದೆ. ಅಂದ್ರೆ ಗಾಯ್ಕ್ವಾಡ್ ಹೋಗಿ ಆರು ವರ್ಷ ಆಗಿದೆ." ಎಂದು ಹೇಳಿದ.

"ಒಂದೇ ಒಂದು ನಿಮಿಷ ಇರು" ಎನ್ನುತ್ತ ಸಮರ್ಥ ತಾನು ನೋಡಿದ ಒಂದು ಫೋಟೋ ತೆಗೆದ. ಅದರಲ್ಲಿ ಗಾಯ್ಕ್ವಾಡ್, ಸುದರ್ಶನ ಗೌಡ, ಕೈಲಾಶ್ ಇದ್ದರು. ಸಮರ್ಥ ಅದರಲ್ಲಿದ್ದ ಸಣ್ಣ ಡೇಟ್ ಸ್ಟಾಂಪ್ ನೋಡಿದ. ಆ ಫೋಟೋ ಆರು ತಿಂಗಳ ಹಿಂದಿನದ್ದಾಗಿತ್ತು.

"ಆರು ವರ್ಷದ ಹಿಂದೆ ಸತ್ತಿದ್ದರೇ... ಈಗ ಆರು ತಿಂಗಳ ಹಿಂದೆ ಹೇಗೆ ಬಂದ ಅವನು?"

ಸಮಂಜಸವಾದ,   ಸಹಜವಾದ,   ದೃಢವಾದ
ಅನುಮಾನ ತೆರೆದಿಟ್ಟ ಸಮರ್ಥ.

ರಾತ್ರಿಯಲ್ಲ ಕುಳಿತು ಯೋಚಿಸುತ್ತಿದ ಸಮರ್ಥನಿಗೆ
ಥಟ್ ಅಂತ ಏನೋ ಒಂದು ಹೊಳೆಯಿತು.
ಬಾಲ್ಕನಿಯಲ್ಲಿ ಅಜಯ್ ಜೊತೆಗೆ ಕುಳಿತಿದ್ದ. ಇತ್ತ
ಪ್ರಣೀತ ಮತ್ತು ಆಕಾಂಕ್ಷ ಸೋಫಾದ ಮೇಲೆ ನಿದಿರೆಗೆ
ಜಾರಿದ್ದರು.

ಒಮ್ಮೆಲೆ   ಅಜಯ್   ನ   ಮೊಬೈಲ್
ಹೊಡೆದುಕೊಂಡಿತು.   ಅದರಲ್ಲಿ   ಸರ್ಕಲ್
ಇನ್ಸ್ಪೆಕ್ಟರ್ ಕ್ರಿಸ್ಟೋಫರ್ ಅಂತ ತೋರಿಸಿತು. "ಹೇಳಿ
ಸರ್..." ಎಂದ ಅಜಯ್ ಕರೆ ಸ್ವೀಕರಿಸಿ.

ಅತ್ತ ಕ್ರಿಸ್ಟೋಫರ್ "ಅಜಯ್ ಸಾರಿ.. ಯಾವುದೋ
ಕೇಸ್ ವಿಷಯವಾಗಿ ನಾನು ಆಚೇ ಹೋಗ್ಬೇಕಿದೆ.
ನಿಮಗೆ ಎರಡು ದಿನ ಆದಮೇಲೆ ಸಿಕ್ತೀನಿ" ಎಂದು
ತಿಳಿಸಿದ. ಅಜಯ್ ತನ್ನ ಮೊಬೈಲ್ ಜೇಬಿನಲ್ಲಿ
ಇಟ್ಟುಕೊಳ್ಳುವಾಗ ಸಮರ್ಥ "ಅಜಯ್" ಎಂದು
ಮೆಲ್ಲನೆ ಕರೆದ.

"ನನಗೆ ಗೊತ್ತಿರೊ ಒಬ್ಬ ವ್ಯಕ್ತಿ ಈ ಆರ್.ಇ.ಐ.ಟಿ
ಯಲ್ಲಿ ಕೆಲ್ಸ ಮಾಡ್ತಾನೆ. ಅವನು ಅಲ್ಲಿ ಬ್ಯಾಕ್
ಗ್ರೌಂಡ್ ವೇರಿಫಿಕೇಷನ್ ಟೀಂ ಅಲ್ಲಿರೋದು."
ಎಂದು ತನಗೆ ಹೊಳೆದ ವಿಷಯ ತಿಳಿಸಿದ ಸಮರ್ಥ.

"ಏನ್ ಹೇಳಕ್ಕೆ ಹೊರಟಿದ್ದೀಯ ನೀನು?" ಅವನ ಮಾತುಗಳ ಅರ್ಥ ತಿಳಿಯದೇ ಕೇಳಿದ ಅಜಯ್.

"ಅವನ ಹೆಸರು ಸುಮನ್, ಈ ಆರ್.ಇ.ಐ.ಟಿ ಅಂದರೆ.. ರಿಯಲ್ ಎಸ್ಟೇಟ್ ಇನ್ವೆಸ್ಟ್ ಮೆಂಟ್ ಟ್ರುಸ್ಟ್. ಅಂತಹ ಕಂಪನಿಗಳು ಈ ಮ್ಯೂಚುಯಲ್ ಫಂಡ್ ಸಂಸ್ಥೆ ಥರ ಕೆಲ್ಸ ಮಾಡ್ತಾರೆ. ಅವನ ಕಂಪನಿಯ ಹೆಸರು ನೆನಪಿಲ್ಲ... ಬಟ್... ಅವ್ರು ಯಾವುದೇ ಒಬ್ಬನನ್ನ ಕೆಲ್ಸಕ್ಕೆ ತಗೋಬೇಕಾದ್ರೆ, ಈ ದೊಡ್ಡ ದೊಡ್ಡ ಕಾಮಗಾರಿಗೆಲ್ಲ ಹಣ ಹೂಡ್ಬೇಕಾದ್ರೆ, ಹಣಾನ ಜನರಿಂದ ಸಂಗ್ರಹಿಸಬೇಕಾದರೆ... ಅಥವಾ ಹೊಸ ಹೂಡಿಕೆದಾರರು ಬಂದರೇ.. ಅಂಥ ವ್ಯಕ್ತಿಗಳ, ಕಂಪನಿಗಳ ಜನ್ಮ, ಜಾತಕಾನ ಕೈಲಿ ಇಟ್ಕೊಂಡಿರ್ತಾರೆ, ಅವರ ಪೂರ್ವಾಪರ ತಿಳ್ಕೊಂಡಿರ್ತಾರೆ. ಅವನ ಹತ್ತಿರ ಸಹಾಯ ಕೇಳಿದ್ರೆ ಏನಾದರೂ ಗೊತ್ತಾಗ್ಬಹುದು." ಮನಸ್ಸಲ್ಲಿದ್ದಿದ್ದು ಬಿಡಿಸಿಟ್ಟ ಸಮರ್ಥ.

ತನ್ನ ಮೊಬೈಲ್ ತೆಗೆದು ಸುಮನ್ ಗೆ ಕರೆ ಮಾಡಿದ. ಇನ್ನೊಂದು ಕಡೆಯಿಂದ ಸುಮನ್ ನ ಮಾತುಗಳು ಅಜಯ್ ಗೆ ಕೇಳಿಸುತ್ತಿರಲಿಲ್ಲ.

"ಹೌದು... ನಿನ್ನೇ ಇದ್ದವರು ಇವತ್ತಿಲ್ಲ... ಆಕಾಂಕ್ಷಾಳನ್ನ ಕೊಲೆ ಆರೋಪದ ಮೇಲೆ ಅರೆಸ್ಟ್ ಮಾಡಿದ್ರು... ಐ.ಓ. ಯಾರು ಅಂತ ಇನ್ನೂ

ಗೊತ್ತಾಗಿಲ್ಲ..." ಸಮರ್ಥನ ಈ ಮಾತುಗಳನ್ನು ಕೇಳುತ್ತ ಅಜಯ್ ಮೊಬೈಲ್ ನೋಡುತ್ತ ಕುಳಿತ.

ಇತ್ತ ಸಮರ್ಥ ಅಲ್ಲೇ ಲ್ಯಾಪ್‌ಟಾಪ್ ಅಲ್ಲಿದ್ದ ಇನ್ನೊಂದಿಷ್ಟು ಫೋಟೋ ಹಾಗೂ ಡಾಕ್ಯುಮೆಂಟ್ ನೋಡುತ್ತಿದ್ದ.

ಮತ್ತೆ ಮಾತು ಮುಂದುವರೆಸಿ.. "ನಾನು ನಾಳೆ ನಿನ್ನ ಹತ್ರ ತುಂಬಾ ಅರ್ಜೆಂಟಾಗಿ ಮತ್ತು ಪ್ರೈವೇಟ್ ಆಗಿ ಮಾತಾಡ್ಬೇಕು.. ಸಿಕ್ತ್ಯಾ? ನನಗೋಸ್ಕರ ಟೈಂ ಮಾಡ್ಕೊ ಪ್ಲೀಸ್" ಎಂದು ತನ್ನ ಕರೆಯ ಉದ್ದೇಶ ಹಾಗೂ ಬೇಡಿಕೆ ಇಟ್ಟ ಸಮರ್ಥ.

ಕರೆ ಮುಗಿಸಿದ ಮೇಲೆ.. ಆಕಾಂಕ್ಷಾಳ ಹಾಗೂ ತನ್ನ ತಂದೆ ತಾಯಿಯ ಮನೆಯ ಪತ್ರಗಳು, ಅದರಲ್ಲಿರುವ ಸರ್ವೇ ನಂಬರ್, ಮತ್ತು ಸತೀಶ ಕಳಿಸಿದ ನೋಟೀಸ್ ಗಳು ಎಲ್ಲವನ್ನೂ ನೋಡಿ ಗುರುತು ಮಾಡಿಕೊಂಡ.

ಇದರ ಜೊತೆಗೆ ನಾಯ್ಡಾದಲ್ಲಿ ಬಿದ್ದ ಕಟ್ಟಡದ ನ್ಯೂಸ್ ರಿಪೋರ್ಟ್ ತೆಗೆದ. ಅದರಲ್ಲಿದ್ದ ಹೆಸರು "ಪೀಪಲ್ಸ್ ಆಲ್ಟ್ರೈಟಿ ಸ್ಪೇಸ್", ತನ್ನ ಮನೆಯ ಪತ್ರದಲ್ಲಿದ್ದಿದ್ದು " ಪೀಪಲ್ಸ್ ಆಲ್ಟ್ರೈಟಿ ಟ್ರಸ್ಟ್"

ಸಮರ್ಥನಿಗೆ ಈಗ ಹೋಲಿಕೆಗಳು ಕಂಡವು. ಹೊಸ ಕೊಂಡಿಗಳು ಸರಪಣಿಯನ್ನು ಬೆಸೆದವು.. ಆದರೂ ಅದರ ಮೂಲ ಹಾಗೂ ಕೊನೆ ಅವನಿಗೆ ತಿಳಿದಿಲ್ಲ...

ಅಧ್ಯಾಯ ೭: ಬೆದರಿಕೆ

ಮಾರನೆಯ ದಿನ ಸಮರ್ಥ ಸುಮನ್ ಮನೆಗೆ ಹೋದ. ಬಾಗಿಲ ಬಳಿಯಲ್ಲಿದ್ದ ಸುಮನ್ "ಬಾ ಸಮರ್ಥ.. ತುಂಬಾ ದಿನಗಳಾಗಿದ್ವು ನಾನು ನೀನು ಭೇಟಿಯಾಗಿ.. ಈ ರೀತಿ, ಈ ಥರದ ಸಮಯ ಸಿಗಬಹುದು ಅಂತ ನಾನು ಊಹಿಸಿಕೊಂಡಿರಲಿಲ್ಲ..." ಎನ್ನುತ್ತ ಒಳ ಕರೆದ.

"ನಂಗೆ ಅರ್ಥ ಆಗುತ್ತೆ...ಕೂತ್ಕೊ..." ಎಂದು ಅಲ್ಲೇ ಇದ್ದ ಸೋಫಾದ ಕಡೆಗೆ ಕೈ ತೋರಿಸಿದ ಸುಮನ್. "ಹೇಗ್ ಸಂಬಾಳಿಸ್ತಾ ಇದ್ಯ ನೀನು?" ಪ್ರಶ್ನೆ ಮಾಡಿದ ಸುಮನ್...

“ಸಂಬಾಳಿಸ್ತಾಯಿದ್ದೀನಿ.......ಮಾಡ್ಲೇಬೇಕು............. ಆಕಾಂಕ್ಷಾನ ಈ ಆಪಾದನೆ ಇಂದ ಕಾಪಾಡ್ಬೇಕು.. ಅಪ್ಪ ಅಮ್ಮನ್ನ ಕೊಲೆ ಮಾಡಿದ್ದಾರು, ಯಾಕ್ ಮಾಡಿದ್ರು ಅನ್ನೋದೇ ಪ್ರಶ್ನೆ... ಏನೂ ಗೊತ್ತಿಲ್ಲ..." ಎಂದುತ್ತರಿಸಿದ ಸಮರ್ಥ.

ತನ್ನ ಜೇಬಿನಲ್ಲಿದ್ದ ಒಂದು ಪೆನ್ ಡ್ರೈವ್ ತೆಗೆದು ಸುಮನ್ ಕೈಗೆ ಕೊಟ್ಟು ಮಾತು ಹರಿಸಿದ... "ನೋಡು, ಇದರಲ್ಲಿ ನನಗೆ ಕೆಲವು ಸಾಕ್ಷಿಗಳು ಸಿಕ್ಕಿವೆ.. ಈ ಪೆನ್ ಡ್ರೈವ್ ನಲ್ಲಿರೊ ವ್ಯಕ್ತಿಗಳ್ಯಾರು, ಅವರ ಪೂರ್ವಾಪರ ಏನು? ಎಲ್ಲಾ ಗೊತ್ತಾಗ್ಬೇಕು... ನೀನು ಏನಾದ್ರೂ

ಹುಡುಕೋಕೆ ಆಗತ್ತ ನೋಡು.. ಪ್ಲೀಸ್" ಎಂದು ಕೇಳಿದ ಸಮರ್ಥ.

"ಖಂಡಿತ..." ಪೆನ್ ಡ್ರೈವ್ ಪಡೆದುಕೊಂಡು ತನ್ನ ಜೇಬಿನಲ್ಲಿಟ್ಟುಕೊಂಡ ಸುಮನ್.

"ನನ್ನ ಕೆಲಸಾನೇ ಇದು... ಬ್ಯಾಕ್ ಗ್ರೌಂಡ್ ಚೆಕ್ ಮಾಡೋದು... ಹುಡುಕೋಣ.. ಏನು ಮಾಡೋಕೆ ಆಗುತ್ತೋ ನೋಡೋಣ." ಭರವಸೆ ನೀಡಿದ ಸುಮನ್.

"ಸರಿ ನಾನ್ ಹೊರಡುತ್ತೀನಿ... ಸ್ವಲ್ಪ ಕೆಲಸ ಇದೆ..." ಎಂದು ಹೊರಟ ಸಮರ್ಥ. ಅಷ್ಟರಲ್ಲಿ ಅವನ ಮೊಬೈಲ್ ಹೊಡೆದುಕೊಂಡಿತು. ಕರೆ ಮಾಡಿದ್ದು ಆಕಾಂಕ್ಷ. ಸಮರ್ಥ ಹಲೋ ಎನ್ನುವಷ್ಟರಲ್ಲಿ ಅತ್ತ ಆಕಾಂಕ್ಷ "ಸಮರ್ಥ ಎಲ್ಲಿದ್ಯ ನೀನು?" ಆಕಾಂಕ್ಷ ಅಳುತ್ತ ಕೇಳಿದಳು.

ದೃಶ್ಯ ನಮ್ಮನ್ನು ಆಕಾಂಕ್ಷಾಳ ಮನೆಗೆ ಕರೆದೊಯ್ಯುತ್ತದೆ.

ಮನೆಯ ಕಾಲಿಂಗ್ ಬೆಲ್ ಹೊಡೆದುಕೊಂಡಿತು.. "ಬಂದೆಽ..." ಎನ್ನುತ್ತ ಆಕಾಂಕ್ಷ ಹೋಗಿ ಮನೆಯ ಬಾಗಿಲು ತೆರೆದಳು. ಅಲ್ಲಿ ಬಾಗಿಲಲ್ಲಿದ್ದಿದ್ದು ಕಟ್ಟು ಮಸ್ತಾದ ಆರು ಅಡಿ ಎತ್ತರದ, ಇಬ್ಬರು ವ್ಯಕ್ತಿಗಳು. ಪರ್ಫೆಕ್ಟ್ ಬಾಡಿ ಬಿಲ್ಡರ್ ಇಮೇಜ್ ಹೊಂದಿದ್ದರು...

ಏನನ್ನೂ ಕೇಳದೆ.. ಏನನ್ನೂ ಹೇಳದೆ.. ಮನೆಯನ್ನು ಧ್ವಂಸ ಮಾಡಿದರು.. ಎಲ್ಲಾ ವಸ್ತುಗಳನ್ನು ನೆಲಕ್ಕುರುಳಿಸಿದರು...

ಆಕಾಂಕ್ಷಾಳಿಗೆ ಏನೂ ತೋಚುತ್ತಿಲ್ಲ... ಅವಳ ಬಾಯಿಯಿಂದ ಮಾತು ಬರುತ್ತಿಲ್ಲ... ಅವರಿಬ್ಬರಲ್ಲಿ ಒಬ್ಬಾತ ಆಕಾಂಕ್ಷಾಳ ತೋಳನ್ನು ಗಟ್ಟಿಯಾಗಿ ಹಿಡಿದ. ಆ ರಭಸಕ್ಕೆ ಮತ್ತು ಗಟ್ಟಿಯಾದ ಹಿಡಿತಕ್ಕೆ ಅವಳು ಚೀರಿಕೊಂಡಳು.

ಅವಳ ತೋಳುಗಳ ಹಿಡಿದೆಳೆದು ಮಾತಾಡಿದ.. "ಇನ್ವೆಸ್ಟಿಗೇಷನ್... ಓಹೋ.... ಏನೂ ದೊಡ್ಡ ಪೋಲಿಸ್ ಆಫೀಸರ್ ಗಳು? ಅವರೇ ಸುಮ್ಮನಿದ್ದಾರೆ... ನಿಮ್ದೇನು? ಇದು ಬರಿ ವಾರ್ನಿಂಗ್ ಅಷ್ಟೇ... ಇನ್ನೇನಾದ್ರೂ ಅದು ಇದು ಅಂತ ಇಲ್ಲದೇ ಇರೋ ಉಸಾಬರಿ ಮಾಡ್ಕೊಂಡ್ರೋ... ಇವತ್ತು ಮನೆ... ನಾಳೆ ನೀವು...." ಎಂದ ಗಡಸು ಧ್ವನಿಯಲ್ಲಿ...

***ಪ್ರಸ್ತುತ*(ಇಂದು)**

ಆಕಾಂಕ್ಷ ಅಳುತ್ತಿದ್ದಳು ಜೋರಾಗಿ...

"ನಾನಿದನ್ನು ಹೀಗೆ ಆಗಬಹುದು ಅಂದ್ಕೊಂಡಿದ್ದೆ... ಆದರೆ ಇಷ್ಟು ಬೇಗ ಅಂದುಕೊಂಡಿರಲಿಲ್ಲ...." ಎಂದು ತನ್ನ ಗೃಹಿಕೆಯ ಹೇಳಿದ ಸಮರ್ಥ.

"ಯೋಚನೆ ಮಾಡ್ಬೇಡ... ನಾನು ಬರ್ತಾಯಿದ್ದೀನಿ.. ಏನೂ ಆಗಲ್ಲ..." ಎಂದು ಕರೆ ಮುಗಿಸಿದ.

ತಕ್ಷಣ ಪ್ರಣೀತಾಳಿಗೆ ಕರೆ ಮಾಡಿದ "ಎಲ್ಲಿದ್ಯಾ... ಮನೆಗೆ ಬರೋದಕ್ಕೆ ಆಗತ್ತಾ.. ಎಮರ್ಜೆನ್ಸಿ ಇತ್ತು..." ಎಂದು ಕೇಳಿದ ಸಮರ್ಥ.

"ಅಜಯ್ ಇಲ್ಲ ಕಣೋ....ಏನೋ ಕೆಲ್ಸ ಅಂತ ಎರಡು ದಿನ ಹೊರಗಡೆ ಹೋಗಿದ್ದಾರೆ.. ನೀನೇ ಬಂದು ಪಿಕ್ ಮಾಡ್ತ್ಯಾ?" ಕೇಳಿದಳು ಪ್ರಣೀತ.

ಪ್ರಣೀತಾಳ ಮನೆ ತಲುಪಿದ. ಬಾಗಿಲು ತೆರೆದಿದ್ದು ಕಂಡು ಒಳ ಬಂದು "ಪ್ರಣು..." ಎಂದು ಕರೆದ... ತನ್ನ ಕೋಣೆ ಇಂದ ಹೊರ ಬಂದು "ಕಾಲು ಘಂಟೆ ಕಣೋ ಬರ್ತೀನಿ..." ಎಂದು ಸಮಯ ಕೇಳಿದಳು ಪ್ರಣೀತ.

"ಸರಿ ನಿನ್ನ ಮನೆ ನೋಡಿ ತುಂಬಾ ದಿನ ಆಗಿದೆ.. ಮನೆ ಸುತ್ತು ಹೊಡಿತಾಯಿರ್ತೀನಿ ಬಾ..." ಎಂದುತ್ತರಿಸಿದ ಸಮರ್ಥ.

ಡ್ಯೂಪ್ಲೆಕ್ಸ್ ಮನೆಯ ಮೆಟ್ಟಿಲುಗಳೇರುತ್ತ ಅಲ್ಲಲ್ಲೇ ಗೋಡೆಯ ಮೇಲಿದ್ದ ಫೋಟೊಗಳನ್ನು ನೋಡುತ್ತಿದ್ದ ಸಮರ್ಥ.

ಅದರಲ್ಲಿದ್ದ ಒಂದು ಪಟ ಸಮರ್ಥ ತೆಗೆದಿದ್ದು ಗೋವಾದಲ್ಲಿ... ಅದು ಅವರ ಪ್ರೀ-ವೆಡ್ಡಿಂಗ್

ಫೋಟೋ. ಆ ಚಿತ್ರ ಅಜಯ್ ಮತ್ತು ಪ್ರಣೀತಾಳ ಪ್ರೀತಿಯನ್ನು, ಅದರ ಆಳವನ್ನು ಹೇಳುತ್ತಿತ್ತು....

ಇನ್ನೊಂದು ಛಾಯಾಚಿತ್ರದಲ್ಲಿ ಅವರಿಬ್ಬರೂ ಲಡಾಖ್ ಅಲ್ಲಿದ್ದರು... ಈ ಬಾರಿ ಅವರಿಬ್ಬರೂ ಕಪ್ಪು ಬಣ್ಣದ ರೈಡಿಂಗ್ ಸೂಟ್ ಅಲ್ಲಿದ್ದರು. ಅಜಯ್ ಬುಲೆಟ್ ಹಿಡಿದು ನಿಂತಿದ್ದ...

ಹಾಗೇ ಮೆಟ್ಟಿಲುಗಳ ಹತ್ತಿ ಮಹಡಿಯ ಮೇಲೆ ಬಂದ.. ಮಹಡಿಯಲ್ಲಿ ಒಂದು ಸಣ್ಣ ಮೆಟ್ಟಿಲುಗಳಿತ್ತು. ಅದು ಕಬ್ಬಿಣದ್ದು.. ಅದರ ಮೇಲೆ ಒಂದು ಸಜ್ಜೆಯ ಕಟ್ಟಿ ನೀರಿನ ಟ್ಯಾಂಕ್ ಇಟ್ಟಿದ್ದರು.

ಆ ಮೆಟ್ಟಿಲುಗಳ ಕೆಳಗೆ ಸಣ್ಣ ಗೂಡಿನಂತಿತ್ತು. ಅದಕ್ಕೂ ಕಬ್ಬಿಣದ ಬಾಗಿಲಿತ್ತು.. ಅದಕ್ಕೆ ಬೀಗ ಹಾಕಿತ್ತು... ಅದರಲ್ಲೊಂದು ಕಪ್ಪು ಬಣ್ಣದ ರೈಡಿಂಗ್ ಜಾಕೆಟ್ ಸೂಟ್ ಇರುವಂತೆ ಕಂಡಿತು. ಅದರ ಕೈ ತೋಳು ರಕ್ತದ ಕಲೆಯಾಗಿ ಹೆಪ್ಪುಗಟ್ಟಿದಂತಿತ್ತು. ಅದೇನೆಂದು ಸರಿಯಾಗಿ ಹತ್ತಿರ ಹೋಗಿ ನೋಡುವಷ್ಟರಲ್ಲಿ, "ನೀನಿಲ್ಲಿದ್ಯಾ?" ಎಂದು ಪ್ರಣೀತಾಳ ಧ್ವನಿ ಕೇಳಿತು. "ಹೋಗೋಣ್ವಾ?" ಎಂದು ಕೇಳಿದಳು.

ತಲೆಯಾಡಿಸುತ್ತ "ಅಜಯ್ ಯಾವಾಗ ಬೈಕ್ ಕಲ್ತಿದ್ದು... ಗೋವಾದಲ್ಲೂ ಅವನು ಆ್ಯಕ್ಟೀವಾ

ಓಡಿಸ್ತಿದ್ದ...." ಎಂದು ನೆನಪಿನ ಬತ್ತಳಿಕೆಯಲ್ಲಿದ್ದದ್ದು ಆಚೆಗೆಸೆದ ಸಮರ್ಥ.

"ಲಡಾಖ್ ಟ್ರಿಪ್ ಪ್ಲಾನ್ ಮಾಡ್ದಾಗ... ಹೇಳಿದ್ದೆ... ನೀನು ಬೈಕ್ ಕಲ್ತಿಲ್ಲ... ನನ್ನ ಎಲ್ಲೂ ರೈಡ್ಗೆ ಕರ್ಕೊಂಡು ಹೋಗಿಲ್ಲ ಅಂದ್ರೆ ನಿನ್ನ ಬಿಟ್ಟು ಹೋಗಿಬಿಡ್ತೀನಿ.... ಅಂತ.." ಎಂದು ಹೇಳುತ್ತ ನಕ್ಕಳು ಪ್ರಣೀತ.

ಪ್ರಣೀತಾಳನ್ನು ಕರೆದುಕೊಂಡು ಆಕಾಂಕ್ಷಾಳ ಮನೆಯ ಪಾರ್ಕಿಂಗ್ ನಲ್ಲಿ ಕಾರು ನಿಲ್ಲಿಸಿದ ಸಮರ್ಥ. ಆಕಾಂಕ್ಷಾಳ ಮನೆಯ ಒಳಗೆ ಹೋಗುತ್ತಿದ್ದಂತೆ ಅಲ್ಲಿನ ಅವಸ್ಥೆ ಕಂಡು "ಏನಿದೆಲ್ಲ!" ಗಾಬರಿಯಿಂದ ಕೇಳಿದಳು ಪ್ರಣೀತ. ಆಕಾಂಕ್ಷ ನಡೆದಿದ್ದೆಲ್ಲವನ್ನೂ ಹೇಳಿದಳು ವಿವರವಾಗಿ.

ಅಷ್ಟರಲ್ಲಿ ಒಂದು ಹೆಂಗಸು "ಕೊಲೆ.... ಕೊಲೆ...." ಎಂದು ಕೂಗಿದಳು... ಆ ಕೂಗಿಗೆ... ಆ ಫ್ಲೋರಲ್ಲಿದ್ದ ಮನೆಯವರೆಲ್ಲರೂ ಹೊರಬಂದರು. ಅದು ಆಕಾಂಕ್ಷಾಳ ಮನೆಯ ಪಕ್ಕದ ಫ್ಲಾಟ್ನಿಂದ ಬಂದದ್ದು.. ಅದು ಅಪಾರ್ಟ್ಮೆಂಟ್ ಕಾರಿಡಾರ್ ನಿಂದ ಕೇಳಿತ್ತು.. ಹೊರಗೆ ಓಡಿ ಬಂದರು ಮೂವರು.... ಆ ಕೂಗು ಅಪಾರ್ಟ್ಮೆಂಟ್ ನ ಕೆಲಸದಾಕೆಯದ್ದಾಗಿತ್ತು...

ಆ ಫ್ಲಾಟ್ ಗೆ ಸಮರ್ಥ ಓಡಿದ... ಅಲ್ಲಿ ಬಿದಿದ್ದ ಹೆಣದ ಹತ್ತಿರ ಹೋಗಿ ನೋಡಿದ.. ಆ ಶವ ಸಿಮ್ರಾನ್ ನದ್ದಾಗಿತ್ತು...

ಸಮರ್ಥನ ಮೊಬೈಲ್ ಹೊಡೆದುಕೊಂಡಿತು. ಕರೆ ಅನಾಮಧೇಯ ಮತ್ತು ಪ್ರೈವೇಟ್ ನಂಬರ್ ಆಗಿತ್ತು. ಕರೆ ಸ್ವೀಕರಿಸಿದ "ಇದನ್ನೆಲ್ಲ ಇಲ್ಲೇ ನಿಲ್ಸು.... ಇಲ್ಲಾಂದ್ರೆ ಇರೋದನ್ನೂ ಕಳ್ಕೋತೀಯ...." ಎಂದು ಕೇಳಿತು... ಅದು ಒಂದು ಗಂಡಸಿನ ಧ್ವನಿ.

"ಕಳೆದುಕೊಳ್ಳೋಕೆ ಏನೂ ಉಳಿದಿಲ್ಲ." ಗಂಭೀರವಾಗಿ ನುಡಿದ ಸಮರ್ಥ.

"ನಿನ್ನ ಲವ್ವರ್... ನಿನ್ನ ಫ್ರೆಂಡ್ ಪ್ರಣೀತ ನಿನಗೇನು ಅಲ್ವಾ!?" ಮತ್ತೆ ಪ್ರಶ್ನಿಸಿದ ಆ ಅನಾಮಧೇಯ. "ಯೋಚನೆ ಮಾಡು...." ಎಂದು ಅನಾಮಧೇಯ ಕರೆ ಮುಗಿಸಿದ...

ಆಕಾಂಕ್ಷ ಅಲ್ಲೇ ಅಳುತ್ತಿದ್ದಳು.... ಪ್ರಣೀತ ಗಾಬರಿಯಾಗಿದ್ದಳು.... ಸಮರ್ಥ ಧೃತಿಗೆಡದೆ ನಿಂತಿದ್ದ.... ಬೆದರಿಕೆಗೆ ಅವನು ಬೆದರಿರಲಿಲ್ಲ......

ಅಧ್ಯಾಯ ೮: ತಿರುವು

ರವಿ, ಈಗ ಜಯನಗರ ಪೋಲಿಸ್ ಠಾಣೆಯ ಸರ್ಕಲ್ ಇನ್ಸ್ಪೆಕ್ಟರ್. ಸಿಮ್ರಾನ್ ಸಿಂಗ್ ಕೊಲೆ ವಿಷಯ ಅಪಾರ್ಟ್ಮೆಂಟ್ ನ ವ್ಯಕ್ತಿಯೊಬ್ಬ ಪೋಲಿಸ್ ಕಂಟ್ರೋಲ್ ರೂಮಿಗೆ ವಿಷಯ ಮುಟ್ಟಿಸಿದ್ದ.

ಕಂಟ್ರೋಲ್ ರೂಮ್ ಕೊಟ್ಟ ಮಾಹಿತಿ ಮೇರೆಗೆ ಕೊಲೆಯಾದ ಜಾಗಕ್ಕೆ ಬಂದಿದ್ದ ರವಿ. ಕ್ರೈಂ ಸೀನ್ ನನ್ನು ಇಂಚಿಂಚು ಗಮನಿಸುತ್ತಿದ್ದ. ಅಲ್ಲಿ ನೆರೆದಿದ್ದ ಫೋರೆನ್ಸಿಕ್ ಡಿಪಾರ್ಟ್ಮೆಂಟ್ ನವರು ಎಲ್ಲಾ ರೀತಿಯ ಸ್ಯಾಂಪಲ್ ಪಡೆಯುತ್ತಿದ್ದರು.

ಅಲ್ಲೇ ಹತ್ತಿರದಲ್ಲಿದ್ದ ಸಿಸಿ ಕ್ಯಾಮೇರಾ ನೋಡಿದ. "ಸ್ವಾಮಿ ಬನ್ರೀ ಇಲ್ಲಿ.." ಅಲ್ಲೇ ಪಕ್ಕದಲ್ಲಿದ ದಫೇದಾರನನ್ನ ಕರೆದ. "ನೋಡಿ.. ಅಲ್ಲಿ ಸಿಸಿ ಕ್ಯಾಮೆರಾ ಇದೆ... ಹೋಗಿ ಅದರ ಫೂಟೇಜ್ ತಗೊಳ್ಳಿ.. ಅದಲ್ಲದೇ.. ಇಲ್ಲಿ ಎಲ್ಲೆಲ್ಲಿ ಸಿಸಿ ಕ್ಯಾಮೆರಾಗಳಿದ್ಯೋ ಅದೆಲ್ಲದರ ಫೂಟೇಜ್ ತನ್ನಿ..."

ಸಲ್ಪ ಸಮಯ ಕಳೆಯಿತು.. ರವಿ ಸಿಮ್ರಾನ್ ಮನೆಯನ್ನೆಲ್ಲ ಗಮನಿಸುತ್ತಿದ್ದ, ಯಾವುದಾದರೂ ಸಾಕ್ಷಿ ಸಿಗಬಹುದಾ ಎಂದು ಶೋಧಿಸುತ್ತಿದ್ದ. ಫೋರೆನ್ಸಿಕ್ ಎಕ್ಸಪರ್ಟ್ ಒಬ್ಬರು ಬಂದರು ರವಿಯ ಹತ್ತಿರ "ಸರ್" ಎಂದು ಮೆಲ್ಲನೆ ಕರೆದ.

ರವಿ ತಿರುಗಿದ. "ಸರ್.. ಇಲ್ಲಿ, ಈ ಮನೆನಲ್ಲಿ.. ಅಥವಾ ಬಾಡಿ ಮೇಲೆ ಯಾವುದೇ ಫಿಂಗರ್ ಪ್ರಿಂಟ್ ಇಲ್ಲ... ಐ ಜಸ್ಟ್ ವಾಂಟೆಡ್ ಟು ಸೇ ದಿಸ್.. ಡೀಟೈಲ್ ರಿಪೋರ್ಟ್ ಎರಡು ದಿನ ಬೇಕು ಬರಕ್ಕೆ.." ಎಂದು ಇರುವ ವಿಷಯ ತಿಳಿಸಿದರು ಫೊರೆನ್ಸಿಕ್ ಎಕ್ಸಪರ್ಟ್.

ಸ್ವಾಮಿ ತುಸು ಜೋರಾಗಿ ಓಡಿ ಬಂದ.. "ಏನಾದರೂ ಸಿಕ್ತಾ!?" ಪ್ರಶ್ನಿಸಿದ ರವಿ.

"ಸರ್ ಸಿಸಿ ಟಿವಿಯಲ್ಲಿ ಈ ಫ್ಲೋರ್ ಕ್ಯಾಮೆರಾದಲ್ಲಿ ಏನೂ ರೆಕಾರ್ಡ್ ಆಗಿಲ್ಲ... ಯಾರೋ ಎಲ್ಲಾ ವೈರ್ ಕಟ್ ಮಾಡಿದ್ದಾರೆ. ಸೆಕ್ಯೂರಿಟಿ ಮ್ಯಾನೇಜರ್ ಹೇಳಿದ್ರು ಅಸೋಸಿಯೇಷನ್ ಪ್ರೆಸಿಡೆಂಟ್ ಇಲ್ಲ.. ಅವ್ರು ಬಂದ ಮೇಲೆ ಪಾಸ್ವರ್ಡ್ ಹಾಕಿ ರೆಕಾರ್ಡಿಂಗ್ ಪಡ್ಕೋಬಹುದು ಬೇರೆ ಕ್ಯಾಮೆರಾಗಳದ್ದು" ಎಂದು ತನ್ನ ಮಾತಿನ ಮೂಲಕ ಇದ್ದ ವಿಷಯಗಳ ಒಪ್ಪಿಸಿದ ಸ್ವಾಮಿ.

"ಹೀಗೇ ಆಗುತ್ತೆ ಅಂದ್ಕೊಂಡಿದ್ದೆ..." ಗೊಣಗಿದ ಸಮರ್ಥ.

ರವಿ, ಅದನ್ನು ಗಮನಿಸಿ "ಏನಂದ್ರಿ" ಎಂದು ಹತ್ತಿರ ಕರೆದ ಸನ್ನೆ ಮಾಡಿ.

ನಡೆದು ಬರುತ್ತಲೇ "ಇದು ಹೀಗೇ ಆಗಿರ್ಬಹುದು ಅಂದುಕೊಂಡೆ" ಎಂದ ಸಮರ್ಥ. ಸ್ವಾಮಿ ಸಣ್ಣ ದನಿಯಲ್ಲಿ "ಈಗೊಂದು ವಾರದ ಕೆಳಗೆ ಇದೇ ಅಪಾರ್ಟ್ಮೆಂಟ್ ನಲ್ಲಿ ಒಂದು ಜೋಡಿ ಕೊಲೆಯಾಗಿತ್ತು. ಕೊಲೆಯಾದವರ ಮಗ ಇವರು" ಸಮರ್ಥನ ಬಗ್ಗೆ ತಿಳಿಸಿದ.

"ದೇವರಾಜ್ ಎಲ್ಲಿ?" ಹಿಂದಿನ ಸರ್ಕಲ್ ಇನ್ಸ್ಪೆಕ್ಟರ್ ಬಗ್ಗೆ ಪ್ರಶ್ನಿಸಿದ ಸಮರ್ಥ.

"ಸಸ್ಪೆಂಡ್ ಆಗಿದ್ದಾರೆ... ಅವ್ರ ಮೇಲೆ ವಿಚಾರಣೆ ನಡಿತಾಯಿದೆ. ನಾನು ಎರಡು ದಿನ ಆಯ್ತು ಇಲ್ಲಿಗೆ ಬಂದು. ನಾನೇ ನಿಮ್ ಕೇಸ್ ವಿಷಯವಾಗಿ ಇವತ್ತು ಸಿಗೋಣ ಅಂದ್ಕೊಂಡಿದ್ದೆ. ಈ ರೀತಿ ಸಿಗೋ ಹಾಗಾಗಿದೆ... ಸಾರಿ..." ತನ್ನನ್ನ ತಾನು ಪರಿಚಯಿಸುತ್ತ ಸಮರ್ಥನ ಮಾತಿಗೆ ಉತ್ತರಿಸಿದ ರವಿ.

"ಕ್ಷಮಿಸಿ.. ಗೊತ್ತು ನೀವು ಬ್ಯುಸಿ ಇರ್ತೀರಾ ಅಂತ.. ನನಗೆ ನಿಮ್ ಜೊತೆ ಮಾತಾಡೋದಿತ್ತು. ಒಂದು ಹತ್ತು ನಿಮಿಷ ಸಮಯ ಬೇಕಿತ್ತು." ವಿಷಯ ಪ್ರಸ್ತಾಪಿಸಲು ಅನುಮತಿ ಕೇಳಿದ ಸಮರ್ಥ.

ಒಮ್ಮೆಲೆ ಸುತ್ತ ಗಮನಿಸಿ "ಇದೆಲ್ಲ ಮುಗಿಲಿ... ಈ ಜಾಗಾನ ಸೀಲ್ ಮಾಡಿ ಬರ್ತೀನಿ." ಎಂದುತ್ತರಿಸಿದ ರವಿ.

ಕೆಲ ಹೊತ್ತಿನ ಕೆಲಸದ ಬಳಿಕ ರವಿ ಸಮರ್ಥನ ಬಳಿಗೆ ಬಂದು "ಇನ್ನೂ ಒಂದು ಘಂಟೆ ಸಮಯ ಇದೆ ನನಗೆ.. ಕಮಿಷನರ್ ಹತ್ರ ಮೀಟಿಂಗ್ ಇದೆ.. ಬೇಗ ಹೇಳ್ತೀರಾ!? ಏನೋ ಮಾತಾಡ್ಬೇಕು ಅಂದ್ರಿ..."

ತಾನು ಇಟ್ಟಿದ್ದ ಬೇಡಿಕೆಯ ಪರಿಗಣಿಸಲ್ಪಟ್ಟಿದೆ ಮತ್ತು ಮರೆತಿಲ್ಲವೆಂದು ತೋರಿಸಿದ ರವಿ...

ಪ್ರಬುದ್ಧನಾಗಿ ಮಾತಾಡಿದ ಸಮರ್ಥ "ನನಗೆ ಹದಿನೈದು ನಿಮಿಷ ಸಾಕು.. ಬನ್ನಿ ನನ್ನ ಜೊತೆಗೆ." ಆಕಾಂಕ್ಷಾಳ ಮನೆಗೆ ಕರೆದೊಯ್ದ ಸಮರ್ಥ.

ದಾಂಡಿಗರ ದಾಳಿಗೆ ಒಳಗಾಗಿದ್ದ ಆ ಮನೆಯ ಅವಸ್ಥೆಯ ಕಂಡು "ಏನಾಯ್ತು ಇಲ್ಲಿ... ಯಾರು ದಾಳಿ ಮಾಡಿದ್ದು?" ಪ್ರಶ್ನಿಸಿದ ರವಿ.

ಸಮರ್ಥ ತನ್ನ ಬಳಿಯಿದ್ದ ಪೆನ್ ಡ್ರೈವ್ ಅನ್ನು ತೆಗೆದು ಅಲ್ಲೇ ಗೋಡೆಯ ಮೇಲಿದ್ದ ಟಿವಿಗೆ ಹಾಕಿ ಇದುವರೆಗೆ ನಡೆದು ಹೋದ ಎಲ್ಲಾ ವಿಷಯಗಳನ್ನು ವಿವರಿಸಿದ ರವಿ ಗೆ.

"ಈ ಸಾಕ್ಷಿ... ಈ ಆಧಾರ ... ಅವ್ರು ದಾಳಿ ಮಾಡಿದಾಗ ಎಲ್ಲಿತ್ತು!?" ಕುತೂಹಲದಿಂದ ಪ್ರಶ್ನಿಸಿದ ರವಿ.

ನಗುತ್ತ... "ಅವರು ಹುಡುಕಿದರೂ ಸಿಗಲ್ಲ... ಇನ್ನೂ ಈಗ ಅವರೇ ಸಾಕ್ಷಿ ಬಿಟ್ಟು ಹೋಗಿದ್ದಾರೆ.." ಎನ್ನುತ್ತ

ಸಮರ್ಥ ಟಿವಿಯಲ್ಲಿ ಚಾನಲ್ ಬದಲಿಸಿದಂತೆ ಒಂದು ಡ್ರೈವರ್ ತೆಗೆದು ಹೊಸ ವಿಡಿಯೋ ತೋರಿಸಿದ. ಅದು ಆಕಾಂಕ್ಷಾಳ ಮನೆಯ ದಾಳಿಯದ್ದಾಗಿತ್ತು.

"ಈ ಮನೆ... ನಮ್ಮೆಲ್ಲರ ಕಾರು... ಹೀಗೆ ಪ್ರತಿಯೊಂದು ಕಡೆ ನಾನು ಒಂದೊಂದು ವ್ಯವಸ್ಥೆ ಮಾಡಿದ್ದೇನೆ. ಸಿಸಿ ಕ್ಯಾಮರಾಗಳ ಹಾಕಿಸಿದ್ದೇನೆ. ಇವು ಬರೀ ರೆಕಾರ್ಡ್ ಮಾಡಲ್ಲ.. ಜೊತೆಗೆ ಇದನ್ನು ಸೆಕ್ಯೂರ್ಡ್ ಕ್ಲೌಡ್ ಸ್ಟೋರೇಜ್ಗೆ ಅಪ್ಲೋಡ್ ಮಾಡುತ್ತೆ. ಅದೂ ಮಲ್ಟಿಪಲ್ ಬ್ಯಾಕ್ ಅಪ್ಸ್ ಆಗಿ.." ಎನ್ನುತ್ತ ಅಲ್ಲೇ ಸೋಫಾದ ಮೇಲೆ ಕೂತು ಮತ್ತೆ ಮಾತು ಮುಂದುವರೆಸಿದ ಸಮರ್ಥ;

"ನನ್ನ ಪ್ರಕಾರ ಇದು ಬರೀ ಬೆದರಿಕೆ ಹಾಕೋಕೆ ಅಷ್ಟೇ.. ಅದರ ಭಾಗವಾಗಿ ಈ ಕೊಲೆ ಕೂಡ." ಎಂದು ಮಾತು ಮುಗಿಸಿದ.

ಇದ್ದ ಎಲ್ಲಾ ಸಾಕ್ಷಿ ಪುರಾವೆಗಳನ್ನು ರವಿಯ ಕೈಗೆ ಒಪ್ಪಿಸುತ್ತ "ಸರ್ ಇದು ಎಲ್ಲಾ ಎವಿಡೆನ್ಸ್... ಹಾಗೇ.. ನೀವು ಇನ್ನೂ ಒಂದನ್ನ ನೋಡ್ಬೇಕು... ನನ್ನೊಟ್ಟಿಗೆ ಬರಬಹುದಾ? ನೀವು ಅಲ್ಲಿಂದ ಹಾಗೇ ಕಮಿಷನರ್ ಕಚೇರಿಗೆ ಹೋಗಬಹುದು." ಎಂದು ಮತ್ತೊಂದು ಬೇಡಿಕೆ ಇಟ್ಟ ಸಮರ್ಥ.

ರವಿ, ವಿಷಯಗಳ ಸೂಕ್ಷ್ಮತೆಯ ಅರಿತ. "ಸರಿ ಬನ್ನಿ

ಹೋಗೋಣ" ಎಂದ. ಆಕಾಂಕ್ಷ ಹಾಗೂ ಪ್ರಣೀತಾಳಿಗೂ ಹೊರಡುವಂತೆ ಸನ್ನೆ ಮಾಡಿದ ಸಮರ್ಥ.

ಕಾರು ಏರಿ ಸಮರ್ಥ, ಪ್ರಣೀತ ಹಾಗೂ ಆಕಾಂಕ್ಷ ಹೊರಟರು. ರವಿ ತನ್ನ ಪೋಲಿಸ್ ಕಾರಿನಲ್ಲಿ ಅವರ ಹಿಂದೆ ಹೊರಟ.

ಕಾರು ಪ್ರಣೀತಾಳ ಮನೆಯ ಮುಂದೆ ನಿಂತಿತು. ಪ್ರಣೀತಾಳಿಗೆ ಏನೂ ಅರ್ಥವಾಗಲಿಲ್ಲ.. "ಸಮರ್ಥ! ಇಲ್ಲಿಗ್ಯಾಕೆ ಬಂದಿದ್ದು?" ಗಟ್ಟಿಯಾಗಿ ಪ್ರಶ್ನಿಸಿದಳು.

ಆಕಾಂಕ್ಷ ಯಾವುದರ ಪರಿವೆಯೂ ಇಲ್ಲದೇ ಸಮರ್ಥ ಮತ್ತು ಪ್ರಣೀತ ಇಬ್ಬರನ್ನೂ ಆಗೊಮ್ಮೆ ಈಗೊಮ್ಮೆ ನೋಡುತ್ತಿದ್ದಳು.

"ಬಾ... ಪ್ರಣು.. ಹೇಳ್ತೀನಿ...." ಎಂದು ಕೆಳಗಿಳಿಯಲು ಹೇಳಿದ ಸಮರ್ಥ.

ಅವಳ ಕಣ್ಣುಗಳಲ್ಲಿ ಈಗ ಭಯ... ದುಗುಡ.... ಏನಿರಬಹುದು ಎಂಬ ಸಾವಿರ ಪ್ರಶ್ನೆ....

ಮನೆಯ ಬಾಗಿಲು ತೆಗೆಯಲು ಸನ್ನೆ ಮಾಡಿದ ಸಮರ್ಥನತ್ತ ಅಳುಕಿನಲ್ಲೇ "ಏನು ಹೇಳೋ?" ಎಂದು ಸಣ್ಣ ದನಿಯಲ್ಲಿ ಕೇಳಿದಳು. ಅವಳ ಕಣ್ಣಾಲಿಗಳು ತೇವವಾಗಿದ್ದವು.

ಅತ್ತ ಇತ್ತ ನೋಡುತ್ತಲೇ ಇದ್ದ ಸಮರ್ಥ "ನೀನ್ ತೆಗಿ ಪ್ರಣು.. ನಾನ್ ಹೇಳ್ತೀನಿ..." ಎಂದ.

ಬಾಗುಲು ತೆಗೆದಾಗ ಸೀದಾ ಒಳ ಹೋಗಿ ಅವಳ ಮನೆಯ ಮೆಟ್ಟಿಲ ಮೂಲಕ ಮಹಡಿಯ ಮೇಲೆ ಹೋದ. ನೀರಿನ ಟ್ಯಾಂಕ್ ಕೆಳಗಿದ್ದ ಪೆಟ್ಟಿಗೆಯಾಕಾರಾದ ಗೇಟ್ ತೆಗೆಸಿದ. ಪ್ರಣೀತ ಗೇಟ್ ತೆಗೆಯುವಾಗ ಕಣ್ಮೊರೆಸಿಕೊಂಡಳು. ಅಲ್ಲಿ ಕಪ್ಪು ರೈಡಿಂಗ್ ಜ್ಯಾಕೆಟ್ ಸೂಟ್ ಇದ್ದಿದ್ದು ಕಂಡಿತು. ಗಾಬರಿಯಾಗಿ ಹಿಂದೆ ಸರಿದಳು.

"ಇದ್ಯಾಕೆ ಇಲ್ಲಿ?" ಕಿರಿಚಿದಳು ಆಕಾಂಕ್ಷ. ಪ್ರಣೀತಾಳಿಗೆ ಇದು ಕೊಲೆಯಾದ ವಿಡಿಯೋದಲ್ಲಿರುವ ರೈಡಿಂಗ್ ಸೂಟ್ ಹೋಲಿಕೆ ಕಂಡಿತು.

ಅಜಯ್ ಹತ್ತಿರ ಇದೇ ತರಹ ರೈಡಿಂಗ್ ಸೂಟ್ ಇರುವುದು ನೆನಪಾಯಿತು. ತಕ್ಷಣ ಓಡಿ ಹೋಗಿ ತನ್ನ ಕಪಾಟಿನಲ್ಲಿದ್ದ ಸೂಟ್ ನೋಡಹೋದಳು. ಅಲ್ಲಿ ಅದು ಇರಲಿಲ್ಲ...

ಅಲ್ಲೇ ಕುಸಿದಳು.... ಸಮರ್ಥ ಓಡಿ ಬಂದು ಅವಳ ಹೆಗಲ ಮೇಲೆ ಕೈ ಇರಿಸಿ "ಸಮಾಧಾನ ಮಾಡ್ಕೊ.... ಇದು ಬೆಳಗ್ಗೆ ಅಕಸ್ಮಾತ್ ಆಗಿ ನನಗೆ ಕಾಣ್ಸಿದ್ದು... ನಾನು ಅಜಯ್ ಇದರಲ್ಲಿ ಭಾಗಿಯಾಗಿದ್ದಾನೆ ಅಂತಿಲ್ಲ.... ಏನು ಅಂತ ತಿಳ್ಕೊಳೋಣ.... ಇರು...

ಧೈರ್ಯ ಕಳ್ಕೋಬೇಡ ದಯವಿಟ್ಟು....." ನಿರುಪಯೋಗದ ಸಮಾಧಾನ ಮಾಡಲೆತ್ತಿಸಿದ. ಪ್ರಣೀತಾಳಿಗೆ ಏನೂ ನಂಬಲಾಗದ ಸ್ಥಿತಿ... ರವಿ "ಸ್ವಾಮಿ.. ಇದನ್ನ ಸೀಜ್ ಮಾಡ್ರಿ" ಎಂದ.

ಸಮರ್ಥ ಅಲ್ಲೇ ಮಹಡಿಯ ಗೋಡೆ ಹಿಡಿದು ಕೆಳ ನೋಡಿದ... ರವಿ ಸಾಕ್ಷಿಗಳನ್ನ ತೆಗೆದುಕೊಂಡು ಹೊರಟ.

ಅಧ್ಯಾಯ ೯: ಮುಖಾಮುಖಿ

ಪ್ರಣೀತಾ ಕಣ್ಣ ಮುಂದೆ ನಡೆಯುತ್ತಿರುವುದನ್ನು ಕಂಡು ಮಂತ್ರಮುಗ್ಧಳಾಗಿದ್ದಳು. ಅವಳ ಕಣ್ಣುಗಳು ಹನಿಗಳ ಸುರಿಸುತ್ತ ಒದ್ದೆಯಾಗುತ್ತಲೇ ಇತ್ತು. ಕುಸಿದಳು ನೆಲದ ಮೇಲೆ..

ಸಮರ್ಥ ಅವಳ ಬಳಿ ಬಂದು, ಅವಳ ಹೆಗಲ ಮೇಲೆ ಕೈಯಿಟ್ಟ... "ಸಮಾಧಾನ ಮಾಡ್ಕೊ...." ಮೆಲ್ಲ ನುಡಿದ. "ಇದು ನನಗೂ ಆಶ್ಚರ್ಯಕರ ವಿಷಯ, ನನಗೂ ಸಂಕಟ ಆಗುತ್ತೆ ಹೀಗೆಲ್ಲ ನಮ್ಮ ಸುತ್ತ ನಡೆಯುತ್ತಿವೆ ಅಂದರೆ... ಏನೂ ಮಾಡಕ್ಕಾಗಲ್ಲ.. ಗಟ್ಟಿಯಾಗಿರು..." ಸಮಾಧಾನ ಮಾಡಲೆತ್ನಿಸಿದ.

ಸಣ್ಣ ಬಿಡುವಿನ ನಂತರ ಮತ್ತೆ ಮಾತು ಮುಂದುವರಿಸಿದ "ನನಗೆ.. ನ್ಯಾಯ ಬೇಕು.... ಸತ್ಯ ಗೊತ್ತಾಗ್ಬೇಕು.... ಅದಕ್ಕೆ.. ನಾನ್ ಏನ್ ಮಾಡೋದಕ್ಕೂ ಸಿದ್ಧ.... ನನಗೆ ಈಗಲೂ ಅನ್ನಿಸ್ತಾಯಿಲ್ಲ ಅಜಯ್ ಇದರಲ್ಲಿ ಭಾಗಿ ಆಗಿದ್ದಾನೆ ಅಂತ... ನಾವು ಅವನ ಹತ್ರ ಮಾತಾಡೋಣ..." ಅವನ ಧ್ವನಿಯಲ್ಲಿ ದೃಢತೆಯಿತ್ತು.

"ಸ್ವಾಮಿ..." ತನ್ನ ಕಾನ್ಸಟೇಬಲ್ ನನ್ನು ಕರೆದ ರವಿ. "ಈ ಸೂಟ್ ಸೀಜ್ ಮಾಡ್ರಿ..." ನಿರ್ದೇಶಿಸಿದ.

"ಸಮರ್ಥ ಅವರೇ... ನಾನು ಕಮಿಷನರ್ ಆಫೀಸ್ ಗೆ ಹೋಗ್ಬೇಕು.. ನಾನು ಹೊರಡ್ತೀನಿ... ಇನ್ನೇನಾದ್ರೂ ಇದ್ಯಾ ಮಾತಾಡೋಕೆ? ಹಾಗೇನಾದ್ರೂ ಇದ್ರೆ ದಯಮಾಡಿ ಸ್ಟೇಷನ್ಗೆ ಬನ್ನಿ..." ಹೇಳಿದ ರವಿ.

"ಈ ನಮ್ಮ ಅಪಾರ್ಟ್ಮೆಂಟ್ ಲ್ಯಾಂಡ್ ಓನರ್ ಇದಾರಲ್ಲ.. ಸತೀಶ್ ಅಂತ.. ಅವ್ರ ಹತ್ರ ನಾನು ಸಿಸಿ ಟಿವಿ ಫೂಟೇಜ್ ನೋಡೋಕೆ ಪಾಸ್ ವರ್ಡ್ ಕೇಳೋಕೆ ಹೋದೆ.. ಅವ್ರು ಕೊಡ್ಲಿಲ್ಲ.. ಜೊತೆಗೆ ಅವರು ನನ್ನ ತಂದೆ ಜೊತೆಗೆ ಮನಸ್ತಾಪ ಇದ್ದ ವಿಷಯಾನೂ ಹೇಳಿದ್ರು.. ನನಗನಿಸೋ ಹಾಗೆ ಅವ್ರು ಈ ಕೊಲೆಗಳಲ್ಲಿ ಭಾಗಿ ಆಗಿಲ್ಲ.. ಆದರೆ.. ಅರ್ಧಕ್ಕೆ ನಿಂತಿರುವ ಈ ಪ್ರಾಜೆಕ್ಟ್ ಇಂದ ಅವ್ರಿಗೆ ಅವರ ಭಾಗದ ಜಾಗಾನೂ ಇಲ್ಲ.. ಅವರಿಗೇ ಬರ್ಬೇಕಿರೋ ಅದೆಷ್ಟೋ ಫ್ಲಾಟ್ ಗಳೂ ಇಲ್ಲ... ಆ ವಿಷಯವಾಗಿ ಅವ್ರು ಈ ಲೋಕಲ್ ಡೆವೆಲಪ್ಮೆಂಟ್ ಅಥಾರಿಟಿಯಿಂದ ಒಂದು ಸುಳ್ಳು ನೋಟೀಸ್ ಕೊಟ್ಟು ನಮಗೆಲ್ಲ ಈ ಜಾಗ ಖಾಲಿ ಮಾಡ್ಬೋಕೆ ಬೆದರಿಕೆ ಹಾಕಿಸಿದ್ದರು... ಒಂದ್ಸಲಿ.. ಅವರನ್ನ ವಿಚಾರಿಸ್ತೀರಾ?"

ನಡೆದದ್ದು ಸಣ್ಣದಾಗಿ ವಿವರಿಸಿ ತನ್ನ ಬೇಡಿಕೆ ಇಟ್ಟ ಸಮರ್ಥ.

ರವಿ ವಿಷಯವನ್ನು ಅರ್ಥೈಸಿಕೊಂಡ... "ಈ ತರಹದ ಕೇಸಲ್ಲಿ ಎಲ್ಲರನ್ನೂ, ಎಲ್ಲವನ್ನೂ ಸಂಶಯದಿಂದ

ನೋಡೋದೇ ಒಳ್ಳೇದು... ನಾನ್ ವಿಚಾರಣೆ ಮಾಡ್ತೀನಿ... ನೀವು ವಿಷಯ ತಿಳಿಸಿದ್ದು ಒಳ್ಳೇದೇ ಆಯ್ತು.." ಮಾತು ಮುಗಿಸಿದ...

ರವಿ ಅತ್ತ ಹೊರಡುತ್ತಿದ್ದಂತೆ ಅವನ ಠಾಣೆಯ ಹತ್ತಿರ ಪತ್ರಕರ್ತರು ಜಮಾಯಿಸಿದ್ದರು.

ಅವರಲ್ಲೊಬ್ಬ "ಸರ್ ಏನಾಗ್ತಾ ಇದೆ ನಿಮ್ಮ ಜ್ಯೂರಿಸ್ಡಿಕ್ಷನ್ ಅಲ್ಲಿ.. ಮೂರು ಕೊಲೆ ನಡೆದಿದೆ ಈ ಒಂದು ತಿಂಗಳೊಳಗೆ. ಏನಾಗ್ತಿದೆ ತನಿಖೆಲಿ... ದಯವಿಟ್ಟು ತಿಳಿಸಿ..."

"ನೋಡಿ ಕೆಲವೊಂದು ಕೇಸ್ ಹಾಗೇನೆ... ನಾವು ಊಹೆ ಮಾಡಿದ್ದಕ್ಕಿಂತ ಜಾಸ್ತಿ ಸಮಯ ಹಿಡಿಯುತ್ತೆ... ಇಲ್ಲಿ ನಮಗೇನೂ ಸಾಕ್ಷಿ ಇರಲಿಲ್ಲ.. ಈಗ ಸ್ವಲ್ಪ ಸ್ವಲ್ಪವೇ ವಿಷಯ ಹೊರಗೆ ಬರ್ತಾ ಇದೆ, ಸಾಕ್ಷಿಗಳು ಸಿಗ್ತಾ ಇದೆ... ಇನ್ನೊಂದು ವಾರದಲ್ಲಿ ಈ ಕೇಸ್ ಕ್ಲೋಸ್ ಆಗುತ್ತೆ..." ರವಿ ಪತ್ರಕರ್ತರಿಗೆ ಉತ್ತರಿಸಿದ. ಹಾಗೆಯೇ ಯಾರೋ ಅನಾಮಧೇಯ ವ್ಯಕ್ತಿ.. ಇವನನ್ನೇ ನೋಡುತ್ತ ಮೊಬೈಲ್ ನಲ್ಲಿ ಮಾತಾಡುತ್ತಿರುವುದನ್ನು ಕಂಡ...

ಇತ್ತ ಸಮರ್ಥನಿಗೆ ಒಂದು ಮೆಸ್ಸೇಜ್ ಬಂದಿತು.. ಅದನ್ನು ತಾನಷ್ಟೇ ಓದಿ ತನ್ನ ಜೇಬಲ್ಲಿಟ್ಟು ಕೊಳ್ಳೋದರೊಳಗೆ, ಇನ್ನೊಂದು ಸಲ ಹೊಡೆದುಕೊಂಡಿತು.

ಈ ಬಾರಿ ಅದು ಸುಮನ್ ಸಂದೇಶವಾಗಿತ್ತು. ಅವನ ಸಂದೇಶ ಹೀಗಿತ್ತು.. "ನನಗೆ ಎಲ್ಲಾ ಮಾಹಿತಿ ಸಿಕ್ಕಿದೆ... ಬಾ ಮನೆಗೆ ಮಾತಾಡೋಣ."

"ಸರಿ... ಇನ್ನು ಅರ್ಧ ಘಂಟೆ ಬರ್ತೀನಿ...." ಎಂದು ಉತ್ತರಿಸಿದ ಸಂದೇಶದ ಮೂಲಕ ಸಮರ್ಥ.

ಸಮರ್ಥ ಹೊರ ನಡೆದಾಗ ಅಲ್ಲಿದ್ದ ಒಂದು ಅಪರಿಚಿತ ಬೈಕ್ ನೋಡಿದ... ಇನ್ನೊಂದು ಮೂಲೆಯಲ್ಲಿ ಒಂದು ಅಪರಿಚಿತ ಕಾರ್ ಇತ್ತು.

ಇರಿಸು ಮುರಿಸಾದರೂ ಹಿಂಜರಿಯದೆ ಕಾರು ಹತ್ತಿ ಹೊರಟ ಸಮರ್ಥ. ಕಾರಲ್ಲಿ ಕೂತು ಸುಮನ್ ಗೆ ಕರೆ ಮಾಡಿದ "ನನ್ನ ಯಾರೋ ಹಿಂಬಾಲಿಸ್ತಾ ಇದ್ದಾರೆ... ನಿನ್ನ ಮನೆಗೆ ಬಂದ್ರೆ ನಿನಗೂ ತೊಂದರೆ.. ಇಲ್ಲೇ ಹೇಳು..." ತನ್ನ ಪರಿಸ್ಥಿತಿ ತಿಳಿಸಿದ ಸಮರ್ಥ.

"ಅವರು ನಮ್ಮವರೇ.. ನಿನಗೆ ಅಪಾಯ ಇದೆ.. ಅದಕ್ಕೆ ನಾನೇ ಕಳ್ಸಿರೋದು.. ನೀನ್ ಬಾ ಪರ್ವಾಗಿಲ್ಲ..." ಎಂದು ಧೈರ್ಯ ನೀಡಿದ ಸುಮನ್.

ಕಾರು ಸುಮನ್ ಕಳಿಸಿದ ಹೊಸ ಲೊಕೇಷನ್ ಬಳಿ ನಿಂತಿತು. ಅದೊಂದು ಐಷಾರಾಮಿ ಅಪಾರ್ಟ್ಮೆಂಟ್ ಆಗಿತ್ತು. ಸಮರ್ಥ ಹೋಗಿ ನೋಡಿದ.. ಅದೊಂದು ಅಭೂತಪೂರ್ವ ಪೆಂಟ್ ಹೌಸ್ ಆಗಿತ್ತು. "ಬಾ

ಸಮರ್ಥ.. ಇದು ನನ್ನ ಹೊಸ ಮನೆ... ಬಾ ಒಳಗೆ..." ಎಂದು ಕರೆದ ಸಮರ್ಥ.

ಸುಮನ್ ಹಾಗೂ ಸಮರ್ಥನ ಮೊಬೈಲ್ ಒಟ್ಟಿಗೆ ಹೊಡೆದುಕೊಂಡವು. ಸುಮನ್ "ಒಂದ್ ನಿಮಿಷ ಕೂತ್ಕೊ..." ಎಂದು ಹೇಳಿ ತನ್ನ ಕರೆ ಸ್ವೀಕರಿಸಿ ಸ್ವಲ್ಪ ದೂರದ ಅವನ ರೂಮಿಗೆ ಹೋಗಿ ಬಾಗಿಲು ಹಾಕಿಕೊಂಡ....

ಸಮರ್ಥನಿಗೆ ಬಂದಿದ್ದು ಒಂದು ಧ್ವನಿಮುದ್ರಣದ ಸಂದೇಶ... ತನ್ನ ಇಯರ್ ಪಾಡ್ ಧರಿಸಿ ಅದನ್ನು ಕೇಳಿದ.

ಸುಮನ್ ನ ಕರೆ ಹಾಗೂ ಸಮರ್ಥನ ಆಡಿಯೋ ಮೆಸ್ಸೇಜ್ ಎರಡೂ ಸುಮಾರು ಹದಿನೈದು ನಿಮಿಷ ಸಾಗಿತ್ತು... ಸಮರ್ಥ ಆ ಧ್ವನಿಮುದ್ರಣ ಕೇಳುತ್ತ... ಇಡೀ ಮನೆಯ ಒಂದು ಸುತ್ತು ಸುತ್ತಿದ.

"ಸಾರಿ..." ಸುಮನ್ ಮಾತಾಡಿದ ಧ್ವನಿ ಕೇಳಿತು... "ಸ್ವಲ್ಪ ಕಾಯಿಸಿ ಬಿಟ್ಟೆ..." ಎನ್ನುತ್ತ ಬಾಗಿಲ ಬಳಿ ನೋಡಿದ...

"ಯಾರನ್ನಾದರೂ ಬರೋಕೆ ಹೇಳಿದ್ಯಾ?" ಅವನ ನೋಟ ಗಮನಿಸಿ ಪ್ರಶ್ನಿಸಿದ ಸಮರ್ಥ.

"ಹೇ... ಯಾರಿಲ್ಲಪ್ಪ...." ಉತ್ತರಿಸಿದ ಸುಮನ್.

ಕುಹಕ ನಗೆ ಬೀರಿದ ಸಮರ್ಥ "ಗಾಯ್ಕ್ವಾಡ್ ನ ಕಾಯ್ತಾ ಇದೀಯಾ ತಾನೆ?" ಕೇಳಿದ....

ಚಪ್ಪಾಳೆ ತಟ್ಟಿದ ಸಪ್ಪಳ ಕೇಳಿತು... ಅಲ್ಲೇ ಬಾಗಿಲ ಕಡೆ ತಿರುಗಿದ ಸಮರ್ಥ. ಅಲ್ಲಿದ್ದದ್ದು ನಾಲ್ವರು... ಎಂ ಎಲ್ ಎ ಸುದರ್ಶನ ಗೌಡ, ಕೈಲಾಶ್ ಚೌಹಾಣ್, ಗಾಯ್ಕ್ವಾಡ್. ಇನ್ನೊಬ್ಬ ತಾನು ಇಷ್ಟು ದಿನ ಹುಡುಕುತ್ತಿದ್ದ, ಆ ದಢೂತಿ ದೇಹದ ಬಿಳಿ ಅಂಗಿ, ಕಪ್ಪು ಪಂಚೆ ಧರಿಸಿದ್ದ... ಅವನ ಕಾಲಿನಲ್ಲಿ ವಿಚಿತ್ರ ಕಡಗ ಇತ್ತು.....

"ಬನ್ನಿ ಪೃಥ್ವಿ ರಾಜ್ ಗಾಯ್ಕ್ವಾಡ್....." ಕರೆದ ಸಮರ್ಥ...

ಗಲಿಬಿಲಿಗೊಂಡ ಗಾಯ್ಕ್ವಾಡ್... ಮಾತು ಹರಿಸಿದ... "ನಾನು ಋತುರಾಜ್ ಗಾಯ್ಕ್ವಾಡ್..." ದಿಟ್ಟವಾಗಿ ನುಡಿದ.

"ನೀನು ಪೃಥ್ವಿ ರಾಜ್ ಗಾಯ್ಕ್ವಾಡ್.. ನೀವು ಅವಳಿ ಮಕ್ಕಳು ನಿಮ್ಮಪ್ಪನಿಗೆ.... ನಿಮ್ಮಪ್ಪ ಆಶೀಶ್ ಗಾಯ್ಕ್ವಾಡ್... ಅಸ್ಸಾಂನ ಸಿ.ಎಂ ಆಗಿದ್ದವರು... ಅವರೇನೂ ಕ್ಲೀನ್ ಹ್ಯಾಂಡ್ ಅಲ್ಲ... ಅವರ ಕೈಗೂ ರಕ್ತ ಕಲೆ ಅಂಟಿದೆ...

ನಿನ್ನ ತಮ್ಮ ಋತುರಾಜ್, ಅವನೂ ಏನು ಸಾಚಾ ಅಲ್ಲ... ಆದರೆ ಜನದ ಮುಂದೆ ಅವನಿಗೆ ಒಳ್ಳೆ

ಹೆಸರಿತ್ತು... ಅಷ್ಟೇ.... ಅವನು ನೀವು ನಾಯ್ಯಾದಲ್ಲಿ ಬೀಳಿಸಿದ್ದರಲ್ಲ... ಅದರಲ್ಲಿ ಅವನ ಷೇರು ಕೇಳ್ದ... ಅಷ್ಟೇ ಅಲ್ಲ... ನಿಮ್ಮ ಆಸ್ತಿನಲ್ಲಿ ಪಾಲು ಕೇಳ್ದ ಅಂತ ಅವನ ಮೇಲೆ ನಿನಗೆ ಸಿಟ್ಟಿತ್ತು.... ಹದಿನೆಂಟು ಸಾವಿರ ಕೋಟಿ ಆಸ್ತಿ ಅವನ ಪಾಲಾಗುತ್ತೆ ಅಂತ ನೀನು ಅವನ ಪ್ರಾಣ ತೆಗೆದೆ.."

ಮಾತು ಮುಂದುವರೆಸಿದ ಸಮರ್ಥ "ಅಷ್ಟೇ ಅಲ್ಲ... ಕೊಲೆ ಮಾಡಿದ್ದು ಅಲ್ಲೇ ಇದ್ದಾನಲ್ಲಾ ಆ ದಢೂತಿ.... ಅವನೇ... ಏನು... ಅವನ ಹೆಸರು...." ಯೋಚಿಸಿ ಹೇಳಿದ... "ಮುದ್ರ"

ಹೇಳುತ್ತ ಹೋದ... "ಅವನ ಹೆಸರು **ಮುದ್ರ**.... ಈಗ ಮೂವತ್ತು ವರ್ಷಗಳ ಹಿಂದೆ **ಸ್ಮಯಮಣಿ** ಅನ್ನೋ ಕಾಡಲ್ಲಿ ಕಾಡ್ಗಿಚ್ಚಾಯ್ತು.... ಅದು ಎಷ್ಟರ ಮಟ್ಟಿಗೆ ಅಂದರೆ... ಆ ಕಾಡು... ಅಲ್ಲಿದ್ದ ಪ್ರಾಣಿಗಳು ಉರಿದು ಭಸ್ಮ ಆದ್ವು... ಇಡೀ ದೇಶದಲ್ಲಿ ಅವಳಿ ಕಾಡು ಅನ್ನಿಸ್ಕೊಂಡಿರೋದು **ಸ್ಮಯಮಣಿ** ಮತ್ತು **ವಿಸ್ಮಯಮಣಿ** ಅನ್ನೋ ಕಾಡು...

ಅದೂ ಕೂಡ ಆ ಕಾಡ್ಗಿಚ್ಚಿನ ರಭಸಕ್ಕೆ ಹೊತ್ತಿ ಉರಿದಿತ್ತು... ಅಲ್ಲೇ ವಾಸ ಇದ್ದ **ನೇನಾರಕ್** ಅನ್ನೋ ಜನಾಂಗಕ್ಕೆ ಸೇರಿದವ ಅವನು...ವಿಚಿತ್ರನೋ ಕಾಡಿನ ಹೆಸರ ತಕ್ಕ ಹಾಗೆ ವಿಸ್ಮಯಾನೋ ಏನೋ ಗೊತ್ತಿಲ್ಲ....ಪವಾಡ ಅನ್ನೋ ಹಾಗೆ ಇವನು ಒಬ್ಬ

ಬದುಕುಳಿದ... ಅವನನ್ನ ಕರೆದುಕೊಂಡು ಬಂದು ನಿನ್ನಪ್ಪ ಆಶೀಶ್ ಬೆಳೆಸಿದ...

ಅವನೊಬ್ಬ ಮೂಗ... ಮಾತು ಬರಲ್ಲ... ಇದನ್ನೇ ಬಂಡವಾಳ ಮಾಡ್ಕೊಂಡ... ನಿಮಗೆ ಕಾನ್ವೆಂಟ್ ಅವನಿಗೆ ಮನೆ ಪಾಠ.. ನಿಮ್ಮದು ರಾಜಕೀಯ... ಅವನದು ಭೂಗತ... ಇದುವರೆಗೂ ಇವನು ಕೊಂದಿರೋದು ಮುನ್ನೂರಕ್ಕೂ ಹೆಚ್ಚು ಜನರನ್ನ... ಇದನ್ನೆಲ್ಲ ಗೌಪ್ಯವಾಗಿಡ್ಬೇಕು ಅಂತಾನೇ ನಿಮ್ಮಪ್ಪ ಅವನಿಗೆ ಯಾವ ನ್ಯಾಷನಲ್ ಐಡಿ ಮಾಡಿಸ್ಲೇ ಇಲ್ಲ..... ಅವನು ಸತ್ರೂ... ಬದುಕಿದ್ರೂ ಯಾರಿಗೂ ಸಂಬಂಧ ಇಲ್ಲ....

ಇನ್ನೂ ನಿಮ್ಮಪ್ಪ.... ಅವನನ್ನ ಕೊಂದಿದ್ದು ನೀನೇ... ನಿನ್ನಪ್ಪನಿಗೆ ನೀನು ನಿನ್ನ ತಮ್ಮನ ಕೊಂದ ವಿಷಯ ಗೊತ್ತಾಗಿತ್ತು... ಅವನನ್ನ ಆ ಮುದ್ರನ ಕೈಲಿ ನೀನೇ ಕೊಲೆ ಮಾಡ್ಸಿದ್ದೆ....

ಇನ್ನು ನಿನ್ನ ವ್ಯವಹಾರ ಸ್ಕೈಲೈನ್ ಪೀಪಲ್ಸ್ ಸ್ಪೇಸ್, ಆಲ್ಟ್ಮೆಟಿ ಸ್ಪೇಸ್, ಪೀಪಲ್ಸ್ ಹೆವೆನ್ ಸಿಂಫೋನಿ... ಒಂದಾ.... ಎರಡಾ..... ಎಲ್ಲಾದರಲ್ಲೂ ಒಂದೇ ಕಾಮನ್... ಬಿಲ್ಡಿಂಗ್ ಏರಿಸೋದು... ಜನ ಬರೋವರ್ಗೂ.... ಅಥವಾ ಅಷ್ಟೂ ಫ್ಲಾಟ್ ಬುಕ್ ಮಾಡ್ಕೋದು.... ಆಮೇಲೆ ಈ ಕೈಲಾಶ್ ಜೊತೆಲಿ ಮನಸ್ತಾಪ ಆಯ್ತು ಅಂತ ಕೆಲಸ ನಿಲ್ಸೋದು.....ಜನ

ಕೆರಳಿದಾಗ... ಮುದ್ರ ಮುಂದೆ ಬರೋದು...ಅವರನ್ನ
ಹೆದರಿಸೋದು.....

ಇದುವರೆಗೂ ನೀವು ಯಾಮಾರಿಸಿರೋದು
ಬರೊಬ್ಬರಿ ಐವತ್ತೈದು ಸಾವಿರ ಕೋಟಿ..... ಅದೇ
ಈಗ ಇಲ್ಲೂ ನಡೆದಿರೋದು... ಪಾಪ ಸತೀಶ್
ಚಕ್ರವರ್ತಿ ಕೂಡ ಇದನ್ನ ತಿಳಿಯದೆ ನಿಮ್ ಬಲೆಗೆ
ಬಿದ್ದ...

ನಿಮ್ ವ್ಯವಹಾರದ ಬಗ್ಗೆ ತಿಳಿದ ಸುದರ್ಶನ್ ಗೌಡ
ನಿಮಗೆ ಐದು ನೂರು ಕೋಟಿ ಕೊಟ್ಟು ಪಾರ್ಟ್ನರ್
ಆದ..... ಇದೇ ಬೆಂಗಳೂರಲ್ಲಿ ಒಟ್ಟು ಹತ್ತು ಕಡೆ
ನಿಮ್ಮ ಪ್ರಾಜೆಕ್ಟ್ ಇದೆ.... ಎರಡು ಕಡೆ ಇದೇ ಥರ
ನಡೆದಿದೆ... ಯಾವಾಗ ಸುದರ್ಶನ್ ಇದನ್ನ
ನಿಭಾಯಿಸೋಕೆ ಆಗ್ಲಿಲ್ಲ.... ಅವಾಗ ನೀವು ಇಲ್ಲಿ
ಬಂದಿದ್ದು....." ಅಷ್ಟೂ ವಿಷಯ ತಿಳಿಸುತ್ತ ತನ್ನ
ಕನ್ನಡಕ ಸರಿ ಮಾಡಿಕೊಂಡ ಸಮರ್ಥ.

"ವಾ.... ವಾ....." ಉದ್ಗರಿಸಿದ ಗಾಯ್ಕ್ವಾಡ್... "ಯು ನೌ
ನೋ ಮಿ..... ಯು ನೌ ನೋ ಅಸ್.... ನನ್ನ ಕೆಲಸ
ಸುಲಭ ಮಾಡಿದೆ ನೀನು..... ಇಷ್ಟೆಲ್ಲಾ ಗೊತ್ತಿದ್ದರೂ
ಅಜಯ್ ನ ಯಾಕೆ ಸಿಕ್ಕಿಸಿದ್ದು ನೀನು...." ಪ್ರಶ್ನಿಸಿದ
ಗಾಯ್ಕ್ವಾಡ್. (ಗಾಯಕ್ವಾಡ್)

ಏನೂ ಉತ್ತರಿಸದೇ ಹಾಗೇ ಸುಮ್ಮನಿದ್ದ ಸಮರ್ಥನ

ಹತ್ತಿರ ಹೋಗಿ ಅವನ ಭುಜದ ಮೇಲೆ ಕೈ ಇಟ್ಟ ಗಾಯ್ಕ್ವಾಡ್ ಮಾತು ಮುಂದುವರೆಸಿದ.

"ನನ್ನದು ಒಂದು ವಾಡಿಕೆ ಇದೆ....ನಾನು ಯಾರನ್ನಾದರೂ ಇಲ್ಲ ಅನ್ನಿಸೋ ಮೊದಲು ಅವರಿಗೆ ಇಪ್ಪತ್ತನಾಲ್ಕು ಘಂಟೆ ಸಮಯ ಕೊಡ್ತೀನಿ.... ಈಗ ಆರುವರೆ ಸಂಜೆ.... ನಾಳೆ ಸಂಜೆ ಆರುವರೆಗೆ ನೀನು ಸುಮ್ಮನಾಗಲಿಲ್ಲ ಅಂತ ಅಂದರೆ... ನೀನು ಹೆಣಗಳನ್ನ ಎಣಿಸ್ತಾ ಇರ್ತೀಯ... ನೆನಪಿರ್ಲಿ..." ತುಸು ನಿಲ್ಲಿಸಿ ಒಮ್ಮೆ ನಕ್ಕ ಗಾಯ್ಕ್ವಾಡ್.. ಮಾತು ಮುಂದುವರೆಸಿದ "ಸಾರಿ...ನೀನೇ ಫಸ್ಟ್ ಹೋಗೋದು... ನೀನೆಲ್ಲಿ ಹೆಣಗಳನ್ನ ಎಣಿಸ್ತ್ಯಾ? ನೀನೇ ಹೆಣ ಆಗಿತ್ರ್ಯ(ಆಗಿರ್ತೀಯ)......" ಜೋರಾಗಿ, ವಿಚಿತ್ರವಾಗಿ ನಕ್ಕ......

ಸಮರ್ಥ ಸುಮ್ಮನೆ ನಡೆದ... "ನೆನಪಿರಲಿ.....ನಾಳೆ ಸಂಜೆ ಆರುವರೆ.... ಸುಮ್ಮನಿದ್ದರೇ ಬದುಕು... ಇಲ್ಲ ಸಾಯ್ತ್ಯಾ?" (ಸಾಯ್ತೀಯ)ಗಟ್ಟಿಯಾಗಿ ಧ್ವನಿ ಕೇಳಿಸಿತು.....

ಸಮರ್ಥ ಕಾರಲ್ಲಿ ಕೂತ... ಸಮರ್ಥ ಹೇಳಿದ ಅಷ್ಟೂ ವಿಷಯ ಅವನ ಮೊಬೈಲ್ ಗೆ ಬಂದ ಧ್ವನಿಮುದ್ರಣದ ಸಂದೇಶದಲ್ಲಿತ್ತು..... ಅದು ಅಜಯ್ ಕಳಿಸಿದ್ದು....

ಈ ಧ್ವನಿಮುದ್ರಣ ಸಂದೇಶಕ್ಕೂ ಮೊದಲು ಬಂದ ಒಂದು ಸಂದೇಶದಲ್ಲಿ... ಈ ವಿಷಯಗಳಿಗೆ ಸಂಬಂಧಿಸಿದ ಸಾಕ್ಷಿಗಳಿದ್ದವು........

ಅಧ್ಯಾಯ ೧೦: ಮಿಸ್ಸಿಂಗ್ ಲಿಂಕ್ಸ್

ಸಮರ್ಥ ಸುಮನ್ ಮನೆಯ ಭೇಟಿ ಮುಗಿಸಿ ಮನೆಗೆ ಬಂದ. ಈಗ ಅವನೊಂದಿಗೆ ಅಜಯ್ ಇದ್ದ... ಅವನನ್ನು ನೋಡುತ್ತಿದ್ದಂತೆ, ಉರಿಯುತ್ತಿರುವ ಕಣ್ಣುಗಳಿಂದ, ಸಿಟ್ಟಿನಿಂದ ಅವನಿಗೆ ಕಪಾಳಕ್ಕೆ ಹೊಡೆಯಲು ಮುಂದೆ ಬಂದಳು. ಸಮರ್ಥ ಅವಳ ಕೈಹಿಡಿದು ಎಳೆದು ತಡೆದ. ತಡೆದು ನುಡಿದ "ನಿಲ್ಲು... ನಿಲ್ಲು ಪ್ರಣೀತ... ನಾನ್ ಹೇಳೋದನ್ನ ಒಂದ್ಸಲಿ ಕೇಳು...."

"ಇದೆಲ್ಲ.... ನಮ್ಮ ಪ್ಲಾನ್...." ಸಣ್ಣಗೆ ಗೊಣಗಿದ, ಆ ಮಾತುಗಳು ಕೇವಲ ಅಲ್ಲಿದ್ದವರಿಗೆ ಮಾತ್ರ ಕೇಳಬೇಕು, ಅಷ್ಟು ಸಣ್ಣ ದನಿಯಲ್ಲಿತ್ತು.... ಇನ್ನೂ ಸಣ್ಣದನಿಯಲ್ಲಿ ಮಾತು ಮುಂದುವರೆಸಿದ (ಮುಂದುವರಿಸಿದ)
"ನಾನು.... ಇವನು.. ಹೀಗೆ ಮಾಡಿಲ್ಲ ಅಂದಿದ್ರೆ... ನಾವ್ಯಾರು ಈಗ ಉಳೀತಿರಲಿಲ್ಲ....."
ಅಷ್ಟರಲ್ಲಿ ಮನೆಯ ಕಾಲಿಂಗ್ ಬೆಲ್ ಹೊಡೆದುಕೊಂಡಿತು. ಈ ಬಾರಿ ಆಕಾಂಕ್ಷ ಬಾಗಿಲು ತೆಗೆದಳು. ಅಲ್ಲಿದ್ದದ್ದು ಕ್ರಿಸ್ಟೋಫರ್ ಮತ್ತು ರವಿ.

ಸಮರ್ಥ ತುಸು ಅವಸರವಾಗೇ ಹೇಳಿದ "ಇನ್ನು ಈ

ಇಪ್ಪತ್ತನಾಲ್ಕು ಘಂಟೆ ನಮಗೆ ತುಂಬಾ ಮುಖ್ಯ... ನಾವೆಲ್ಲ ಇಲ್ಲಿಂದ ಹೊರಡ್ತಾ ಇದ್ದೀವಿ...."

ಕ್ರಿಸ್ಟೋಫರ್ ಮತ್ತು ರವಿಯ ಜೊತೆಗೆ ಎಲ್ಲರೂ ಹೊರಟರು. ಸಮರ್ಥ ರವಿಗೆ ಕಣ್ಣ ಸನ್ನೆಯಲ್ಲಿ ಒಂದು ಕಾರು ಮತ್ತು ಬೈಕ್ ನಿಂತಿರುವುದು ತೋರಿಸಿದ.

ಎಲ್ಲರನ್ನೂ ಕರೆದುಕೊಂಡು ರವಿ ತನ್ನ ಕಾರಿನಲ್ಲಿ ಹೊರಟ. ತುಸು ದೂರ ಸಾಗಿದರೂ ಆ ಅಪರಿಚಿತ ಬೈಕ್ ಮತ್ತು ಕಾರು ಅವರನ್ನು ಹಿಂಬಾಲಿಸುತ್ತಿರುವುದನ್ನು ಕಂಡು, ಕ್ರಿಸ್ಟೋಫರ್ ಕಂಟ್ರೋಲ್ ರೂಮಿಗೆ ಕರೆ ಮಾಡಿ ಒಂದು ಬ್ಯಾಕ್ ಅಪ್ ತಂಡ ಕರೆಸಿಕೊಂಡ.

ಇನ್ನೂ ಸ್ವಲ್ಪ ದೂರ ಸಾಗಿದ ಮೇಲೆ, ಆ ಅಪರಿಚಿತ ಬೈಕ್ ಮತ್ತು ಕಾರನ್ನು ಪೋಲಿಸ್ ಪಡೆ ಸುತ್ತುವರೆದಿತ್ತು. ಅವರನ್ನೆಲ್ಲ ಬಂಧಿಸಿದರು. ಆ ಕಾರಿನಲ್ಲಿ ಜಿಪಿಎಸ್ ಟ್ರಾಕರ್ ಇದೆ ಎಂದು ಒಬ್ಬ ಇನ್ಸ್ಪೆಕ್ಟರ್ ಹೇಳಿದ. ರವಿ ಆ ಆಗಂತುಕ ಕಾರಿನ ಹತ್ತಿರ ಬಂದು "ಒಂದ್ ಕೆಲ್ಸ ಮಾಡಿ.. ಈ ಕಾರನ್ನು ನೀವು ಓಡಿಸಿಕೊಂಡು ಬನ್ನಿ.... ಯಾರಿಗೂ ಅನುಮಾನ ಬರೋದು ಬೇಡ...." ಎಂದು ಸಲಹೆ ನೀಡಿದ.

ಪೋಲಿಸ್ ನವರು ಆ ಮುಸುಕು ಧಾರಿಗಳ ಮುಖದ

ಮುಸುಕುಗಳನ್ನು ತೆಗೆದರು. ಆಕಾಂಕ್ಷ ಅವರ ಮುಖಗಳ ನೋಡುತ್ತಿದ್ದಂತೆ "ಇವರೇ ನನ್ನ ಮನೆಗೆ ಬಂದಿದ್ದು..... ಎಲ್ಲಾ ದಾಂಧಲೆ ಎಬ್ಬಿಸಿದ್ದು" ಎಂದಳು...

ಅಲ್ಲಿಂದ ನೇರವಾಗಿ ಕಮಿಷನರ್ ಕಚೇರಿಗೆ ಹೊರಟರು. ಆಗಂತುಕ ಕಾರನ್ನು ಕಮಿಷನರ್ ಕಚೇರಿ ಯಿಂದ ತುಸು ದೂರ ನಿಲ್ಲಿಸಿದರು ಯಾರಿಗೂ ಅನುಮಾನ ಬರಬಾರದೆಂದು.

ಕಮಿಷನರ್ ಕಚೇರಿಗೆ ಗಂಭೀರವಾಗಿ ಬಂದು ಇಬ್ಬರೂ ಸೆಲ್ಯೂಟ್ ಮಾಡಿ ಒಂದು ಫೈಲ್ ಮತ್ತು ಪೆನ್ ಡ್ರೈವ್ ಇಟ್ಟರು. ಅವರೇನೋ ಮಾತಾಡುತ್ತಿದ್ದರು.. ಹೊರಗಿದ್ದವರಿಗೆ ಏನೂ ಕೇಳಿಸುತ್ತಿಲ್ಲ... ಆ ಆಗಂತುಕರನ್ನು ಮಂಡಿಯೂರಿ ಕೂಡಿಸಿದ್ದರು.

ಕಮಿಷನರ್ ಕಚೇರಿಯಿಂದ ಅಜಯ್ ಹಾಗೂ ಸಮರ್ಥ ಅವರಿಗೆ ಒಳಬರಲು ಕರೆ ಬಂತು...

ಸಮರ್ಥ ಒಳ ಬಂದು ಕುಳಿತಾಗ ಕಮಿಷನರ್ ಎಲ್ಲಾ ವಿಷಯವನ್ನು ಹೇಳಲು ಕೇಳಿದರು. ತನಗೆ ತನ್ನ ಗೆಳೆಯ ವಿಕ್ಕಿ ಕರೆ ಮಾಡಿದಾಗಿನಿಂದ ಇಲ್ಲಿಯವರೆಗೂ ನಡೆದ ಎಲ್ಲಾ ವಿಷಯವನ್ನು ವಿವರವಾಗಿ ಹೇಳಿದ.

ಕಮಿಷನರ್ ಎಲ್ಲಾ ದಾಖಲೆಗಳನ್ನು ಪೆನ್ ಡ್ರೈವ್ ನಲ್ಲಿದ್ದ ಎಲ್ಲಾ ವಿಡಿಯೋ ನೋಡಿದರು. "ರವಿ..." ಕರೆದರು ಕಮಿಷನರ್ ಮುಕುಂದ.

"ನೀವು ಮ್ಯಾಜಿಸ್ಟ್ರೇಟ್ ಹತ್ರ ಹೋಗಿ ವಾರಂಟ್ ತಗೊಳಿ.. ನಾನೂ ಬರ್ತೀನಿ.. ನೀವು.. ಕ್ರಿಸ್ಟೋಫರ್.. ನೀವು ಆ ಗಾಯ್ಕ್ವಾಡ್, ಸುದರ್ಶನ್, ಕೈಲಾಶ್ ಹಾಗೂ ಸತೀಶ ಇವರೆಲ್ಲನ್ನೂ ಅರೆಸ್ಟ ಮಾಡ್ಕೊಂಡು ಬನ್ನಿ...." ನಿರ್ದೇಶಿಸಿದರು ಕಮಿಷನರ್ ಮುಕುಂದ.

ಇವರೆಲ್ಲರೂ ಹೊರಟಾಗ ರವಿ ಹೊರ ಬಂದು ಅಲ್ಲೇ ಇದ್ದ ದಫೇದಾರನನ್ನು ಕರೆದು... "ಇವರನ್ನೆಲ್ಲ ನೀವು ನನ್ನ ಸ್ಟೇಷನ್ನ್ಗೆ ಕರೆದುಕೊಂಡು ಹೋಗಿ..." ಹಾಗೆಯೇ ಅಲ್ಲೇ ಇದ್ದ ಇನ್ನೊಂದು ಗುಂಪಿನ ಅಧಿಕಾರಿಗಳನ್ನು ಕರೆದು "ಇವರನ್ನ... ನನ್ನ ಜೊತೆ ಮ್ಯಾಜಿಸ್ಟ್ರೇಟ್ ಹತ್ರ ಕರ್ಕೊಂಡು ಬನ್ನಿ...." ಹೇಳಿದ.

ಪೋಲಿಸ್ ನವರ ಜೊತೆಗೆ ಹೊರಡುವಾಗ ಸಮರ್ಥ ಮಾತು ಹರಿಸಿದ.. "ಪ್ರಣೀತ.. ಕ್ಷಮಿಸಿಬಿಡು..." ಎಂದ.

ಅವಳೇನಾದರೂ ಮಾತನಾಡುವ ಮೊದಲೇ ಮತ್ತೆ ಮಾತು ಹರಿಸಿದ.

ಸಮರ್ಥ ಮಾತಾಡುವಾಗ ನಮ್ಮನ್ನು ಅಂದು ಸಿಮ್ರಾನ್ ಕೊಟ್ಟ ಪೆನ್ ಡ್ರೈವ್ ಅಲ್ಲಿ

ನೋಡುತ್ತಿದ್ದ ಫೋಟೋಗಳ ನೋಡುತ್ತಿದ್ದ ದಿನಕ್ಕೆ ಕರೆದೊಯ್ಯುತ್ತದೆ.

ಅಜಯ್ ಎಲ್ಲರೊಂದಿಗೂ ಮಾತನಾಡಿ ಮುಗಿದಾದ ಮೇಲೆ ಬಾಲ್ಕನಿಯಲ್ಲಿ ಒಂದು ಸಿಗರೇಟ್ ಹಚ್ಚಿ ಸೇದುತ್ತಿದ್ದ.... ಸಮರ್ಥ ಅವನ ಹತ್ತಿರ ಲ್ಯಾಪ್ಟಾಪ್ ತೆಗೆದುಕೊಂಡು ಹೋದ...

ಅದರಲ್ಲಿದ್ದ ಒಂದು ಫೋಟೋ ತೋರಿಸಿದ. "ಅಜಯ್ ಇದೇನಿದು? ನೀನು ಯಾವಾಗ ಇವನ ಜೊತೆಗೆ ಸೇರಿದೆ?" ಖಾರವಾಗೇ ಪ್ರಶ್ನಿಸಿದ ಸಮರ್ಥ.

ಆ ಫೋಟೋನಲ್ಲಿ ಗಾಯ್ಕ್ವಾಡ್, ಸುದರ್ಶನ್, ಮುದ್ರ ಕೈಲಾಶ್ ಎಲ್ಲರೂ ಇದ್ದರು... ಅವರ ಹಿಂದೆ ಅಜಯ್ ಕೈ ಕಟ್ಟಿ ನಿಂತಿದ್ದ...

ಇದನ್ನು ನೋಡುತ್ತಿದ್ದಂತೆ ತನ್ನ ಜೇಬಿನಿಂದ ತನ್ನ ಮೊಬೈಲ್ ತೆಗೆದು ಒಂದು ಬಿಸಿಯ(?) ತೋರಿಸಿದ.. ಸಿಗರೇಟ್ ಸೇದುತ್ತ ಮಾತು ಮುಂದುವರಿಸಿದ "ಈ ಸುದರ್ಶನ್ ಬಗ್ಗೆ ಹಲವಾರು ಹಗರಣ ಇದೆ, ಅದರ ಬಗ್ಗೆ ಒಂದು ಸ್ಟಿಂಗ್ ಆಪರೇಷನ್ ಮಾಡಿದೆ.. ಅದರಿಂದ ಏನೂ ಪ್ರಯೋಜನ ಆಗಿಲ್ಲ.

ಇವನ ಬಗ್ಗೆ ಹುಡುಕ್ತಾ ಇರುವಾಗ ನಮಗೆ ಈ ಗಾಯ್ಕ್ವಾಡ್ ಬಗ್ಗೆ ಲಿಂಕ್ ಸಿಕ್ತು... ಹಾಗಾಗಿ ನಾನು ಸುದರ್ಶನ್ ಜೊತೆಗೆ ಅಲ್ಲಿಗೆ ಹೋದೆ. ನಮಗೆ

ಈಗೊಂದು ಲೀಡ್ ಸಿಕ್ಕಿದೆ ಹಾಗಾಗಿ ಈಗ ನಾನು ಮತ್ತೆ ಕ್ರಿಸ್ಟೋಫರ್ ಅಸ್ಸಾಂ ಮತ್ತು ನಾಯ್ಡಾಗೆ ಹೋಗ್ತಾ ಇದ್ದೀವಿ.." ಇನ್ನೊಂದು ಸಲ ಸಿಗರೇಟ್ ಎಳೆದ.

"ಹಾಗಾದರೆ ಇಲ್ಲಿ ಸುಮನ್ ಏನ್ ಮಾಡ್ತಿದ್ದಾನೆ..." ಅದೇ ಫೋಟೋ ತೋರಿಸಿ ಪ್ರಶ್ನಿಸಿದ.

ಒಮ್ಮೆ ಹಣೆ ಚಚ್ಚಿಕೊಂಡ ಅಜಯ್... "ನೀನು ಇವನ ಬಗ್ಗೆ ಹೇಳಿದ್ದಾ? ಅವನು ಗಾಯ್ಕ್ವಾಡ್ ಬಲಗೈ ಬಂಟ... ಅವನೂ ಈ ಗಾಯ್ಕ್ವಾಡ್ ನಡೆಸ್ತಿರೊ ಎಲ್ಲಾ ಡಮ್ಮಿ ಕಂಪನಿಗೆಲ್ಲ ಇವನೇ ಮ್ಯಾನೇಜರ್. ಈ ಆರ್ ಇ ಐ ಟಿ ಅಂದ್ಯಲ್ಲಾ.. ಅದೂ ಕೂಡ ಬೋಗಸ್...ಇವನಿಗೆ ನಾಳೆ ಬರ್ತೀನಿ ಅಂದ್ಯಾ!?" ರಾಗವಾಗಿ ಮಾತು ಮುಗಿಸಿದ.

ಜೋರಾಗಿ ಉಸಿರು ಹೊರ ಬಿಟ್ಟ ಸಮರ್ಥ "ಒಂದು ರೀತಿ ಅವನ ಹತ್ತಿರ ಮಾತಾಡಿದ್ದು ಒಳ್ಳೇದೆ ಆಯ್ತು...." ಮತ್ತೆ ಫೋಟೋ ನೋಡಿದ... ಅವನಿಗೆ ಏನೋ ತೋಚಿತು... ಅಲ್ಲೇ ಬಾಲ್ಕನಿಯಲ್ಲಿ ಕೂತ... "ಅಜಯ್ ಕೂತ್ಕೊ ಅಂದ...."

ಸಮರ್ಥ ಮತ್ತೆ ತನ್ನ ತಂದೆ ತಾಯಿಯರ ಶವ ಎಳೆದು ತರುತ್ತಿರುವ ವಿಡಿಯೋ ಹಾಕಿದ... ಅದರಲ್ಲಿ ಲಕ್ಷ್ಮಿಯ ದೇಹ ಎಳೆದು ತರುತ್ತಿರುವವನ ರೈಡಿಂಗ್ ಜ್ಯಾಕೆಟ್ ಸೂಟ್ನ ಬಲಗೈ ತೋಳಿನಲ್ಲಿ ಹರಿದ

ಗುರುತಿತ್ತು.... ಆ ತೂತಿನಿಂದ ಒಂದು ಟ್ಯಾಟೂ ಕಾಣಿಸಿತು... ಅದನ್ನು ಅಲ್ಲಿಯೇ ನಿಲ್ಲಿಸಿ.. ಈಗ ಸುಮನ್ ಇರುವ ಫೋಟೋ ತಂದು ಪರದೆಯ ಮೇಲೆ ಇಟ್ಟ... ಸುಮನ್ ಆ ಫೋಟೋನಲ್ಲಿ ಒಂದು ಟೈಟ್ ಟೀ ಶರ್ಟ್ ಧರಿಸಿದ್ದ.. ಅರ್ಧ ತೋಳಿತ್ತು... ಅವನ ತೋಳಿನಿಂದ ಮೊಣಕೈಯ ವರೆಗೂ ಇತ್ತು... ಆ ಹಚ್ಚೆ ಹೊಂದಿಕೊಂಡಿತು....

ಸಮರ್ಥನಿಗೆ ಈಗ ಇಷ್ಟು ದಿನ ಕಾದಿದ್ದ ಮಿಸ್ಸಿಂಗ್ ಲಿಂಕ್ ಸಿಕ್ಕಿತು....

"ಒಳ್ಳೇದೆ ಆಯ್ತು... ನಾಳೇ ಅವನ ಹತ್ರ ಹೋಗ್ತೀನಿ.... ಬರೀ ಒಂದೆರಡು ಡಾಕ್ಯುಮೆಂಟ್ ಮತ್ತೆ ಫೋಟೋ ಕೊಡ್ತೀನಿ ಅಷ್ಟೇ... ಇದರ ಬಗ್ಗೆ ತಿಳಿಸು ಅಂತೀನಿ..." ಎಂದು ಮಾತು ಹರಿಸಿದ ಸಮರ್ಥ.

"ಸ್ವಲ್ಪ ಅಲ್ಲಿ ನೋಡು" ಕಣ್ಣು ಸನ್ನೆ ಮಾಡಿದ ತೋರಿಸಿದ ಸಮರ್ಥ. ಅಜಯ್ ಏನೆಂದು ಕೇಳಿದ, ಅವನಿಗೆ ಆ ಸನ್ನೆ ಅರ್ಥ ಆಗಿರಲಿಲ್ಲ....

"ನಾನು ಏರ್ ಪೋರ್ಟ್ ಇಂದ ಬಂದಾಗಿಂದ ಇಲ್ಲಿಯವರೆಗೆ ನಮ್ಮನ್ನೆಲ್ಲ... ಹಿಂಬಾಲಿಸ್ತಾನೇ ಇದ್ದಾರೆ... ನೀನು ಗಮನಿಸಿದ್ಯೋ ಇಲ್ಲವೋ ಗೊತ್ತಿಲ್ಲ.... ನಾವು ಬದುಕಬೇಕು, ನಮ್ಮ ಕೇಸ್ ಗೆಲ್ಬೇಕು ಅಂದ್ರೆ ಅವರ ದಾರಿ ತಪ್ಪಿಸಬೇಕು." ಎಂದ ಸಮರ್ಥ....

"ಹೇಗೆ.. ಏನ್ ಮಾಡೋದು...?" ಪ್ರಶ್ನಿಸಿದ ಅಜಯ್...

"ನೀನು ನಿನ್ನ ಪಾಡಿಗೆ ನಾಳೆ ಅಸ್ಸಾಂಗೆ ಹೊರಡು... ಮನೆಗೆ ಹೋದಾಗ ನಿನ್ನ ರೈಡಿಂಗ್ ಸ್ಯೂಟ್ ಅನ್ನು ಹೀಗೇ ಇದೇ ಜಾಗದಲ್ಲೇ ಹರಿದು ಹಾಕು... ಅಲ್ಲೇ ಸ್ವಲ್ಪ ರಕ್ತದ ಕಲೆ ಇರುವಂತೆಯೂ ಮಾಡು... ನಾನು ನಿನ್ನ ಮೇಲೆ ಅನುಮಾನ ಬರುವ ಹಾಗೆ ಮಾಡಿದರೆ... ಅವರಿಗೆ ನಿರಾಳ ಅನ್ನುತ್ತೆ... ನಮ್ಮ ಕೆಲಸಾನೂ ಆಗತ್ತೆ..." ಎಂದು ತನ್ನ ಉಪಾಯ ಹೇಳಿದ ಸಮರ್ಥ.

ಇದನ್ನು ಕ್ರಿಸ್ಟೋಫರ್ ಅವರಿಗೆ ವಿವರವಾಗಿ ತಿಳಿಸಿದ ಅಜಯ್. ಕ್ರಿಸ್ಟೋಫರ್ ಆಗ ಜಯನಗರದ ಠಾಣೆಗೆ ಇವತ್ತು ಬೆಳಗ್ಗೆ ರವಿಯವರು ಅಧಿಕಾರ ಸ್ವೀಕರಿಸಿದ್ದಾರೆ ಹಾಗೂ ಆತ ತನ್ನ ಗೆಳೆಯನೇ ಎನ್ನುತ್ತ ರವಿಯನ್ನೂ ಕಾನ್ಫರೆನ್ಸ್ ಮಾಡಿ.. ಎಲ್ಲಾ ವಿಷಯವನ್ನು ವಿವರವಾಗಿ ಹೇಳಿದರು...

***ಪ್ರಸ್ತುತ* (ಇಂದು)**

"ಇದೆಲ್ಲ ನಾವು ಆಡಿದ ಆಟ ಅಷ್ಟೇ... ಅಜಯ್ ನಿರಪರಾಧಿ." ಎಂದ ಸಮರ್ಥ.. ಪ್ರಣೀತಾಳಿಗೆ ಈಗ ನಿರಾಳ...

ಆಕಾಂಕ್ಷ "ಈಗ ಪೋಲಿಸ್ ಎಲ್ಲಿಗೆ ಹೋದರು?" ಪ್ರಶ್ನಿಸಿದಳು ಸಮರ್ಥನ ಕಡೆಗೆ ತಿರುಗಿ...

ಸಮರ್ಥ ಸುಮನ್ ಮನೆಗೆ ಎರಡನೇ ಬಾರಿ ಹೋದ ಕಥೆಯ ಹೇಳಿದ... ಅಲ್ಲಿ ನಡೆದಿದ್ದೆಲ್ಲವೂ ತನ್ನ ಕನ್ನಡಕದಲ್ಲಿದ್ದ ಸಣ್ಣ ಕ್ಯಾಮೆರಾದಲ್ಲಿ ಮಾತಿನ ಸಹಿತ ರೆಕಾರ್ಡಿಂಗ್ ಆಗಿದೆ... ಅದನ್ನು ಒಂದು ಪೆನ್ ಡ್ರೈವ್ ಅಲ್ಲಿ ಅಜಯ್ ಹಾಕಿ ರವಿಗೆ ಕೊಟ್ಟಿದ್ದಾಗಿಯೂ ತಿಳಿಸಿದ.....

ಈಗ ಸಮರ್ಥನಿಗೆ ಎಲ್ಲಾ ರೀತಿಯ ಮಿಸ್ಸಿಂಗ್ ಲಿಂಕ್ ಸಿಕ್ಕಿದೆ... ಅವನು ತಿಳಿದುಕೊಳ್ಳಬೇಕಿರುವುದು ಕೊನೆಯ ಎರಡು ಸತ್ಯ... ತನ್ನ ತಂದೆ ತಾಯಿಯರನ್ನು ಕೊಂದಿದ್ದು ಯಾರು? ಯಾಕೆ? ಸಿಮ್ರಾನ್ ನನ್ನು ಕೊಂದಿದ್ದು ಯಾರು? ಯಾಕೆ?

ಅಧ್ಯಾಯ ೧೧: ಅಂತಿಮ ಸತ್ಯ

ಕ್ರಿಸ್ಟೋಫರ್ ತನಗೆ ವಹಿಸಿದ್ದ ಕೆಲಸ ಮುಗಿಸಿಕೊಂಡು ಕಮಿಷನರ್ ಕಚೇರಿಗೆ ವಿಷಯ ತಲುಪಿಸಿದ. ಇತ್ತ ರವಿ ಮತ್ತು ಕಮಿಷನರ್ ಏರ್ ಪೋರ್ಟ್ ಹಾದಿಯಲ್ಲಿದ್ದ ಗಾಯ್ಕ್ವಾಡ್ ಹಾಗೂ ಮುದ್ರುನನ್ನು ಬಂಧಿಸಲು ಮುಂದಾದರು.

ಕೆಲ ಹೊತ್ತಿನ ನಂತರ ರವಿ ಹಾಗೂ ಕಮಿಷನರ್ ಕೂಡ ಗಾಯ್ಕ್ವಾಡ್ ನನ್ನು ಬಂಧಿಸಿ ಕರೆದುಕೊಂಡು ಬಂದರು...

ಎಲ್ಲರನ್ನೂ ಈಗ ಮೊಣಕಾಲಿನ ಮೇಲೆ ನಿಲ್ಲಿಸಿದ್ದರು....

ಅಲ್ಲೇ ಕಾದಿದ್ದ ಸಮರ್ಥನಿಗೆ ಮುದ್ರು ಎನ್ನುವ ದೈತ್ಯ ರೂಪ ಕಾಣಲಿಲ್ಲ.... ರವಿಯ ಹತ್ತಿರ ಕೇಳಬೇಕೆನಿಸಿತು... ಆದರೆ ವಿಚಾರಣೆ ನಡೆಯುತ್ತಿರುವುದು ನೋಡಿ ಸುಮ್ಮನಾದ.

ರವಿ ವಿಚಾರಣೆ ಶುರುಮಾಡಿದ... "ನೋಡಿ... ನೀವು ಮಾಡಿರೋ ಪ್ರತಿಯೊಂದು ಅಪರಾಧಕ್ಕೂ ಇಲ್ಲಿ ಸಾಕ್ಷಿ ಇದೆ... ನಮಗೆ ಈಗ ಬೇಕಿರೋದು.. ನೀವುಗಳು ಇರೋ ಸತ್ಯಗಳನ್ನು ಒಪ್ಪಿಕೊಂಡು ಬಿಡಿ... ನಿಮಗೆ ಒಳ್ಳೇದು...." ಎಚ್ಚರಿಸಿದ.

ಸತೀಶ್ ಚಕ್ರವರ್ತಿ ಮೊದಲು ಮಾತು ಹೊರಡಿಸಿದ...

"ನನ್ನ ಪಾಡಿಗೆ ನಾನಿದ್ದೆ. ನನ್ನ ಹತ್ರ ಇದ್ದ ಹತ್ತು ಎಕ್ಕರೆ ಜಾಗ ನೋಡಿ... ಈ ಅಪಾರ್ಟ್ಮೆಂಟ್ ಬಗ್ಗೆ ಹೇಳಿ ಜಾಗ ಬರೆಸಿಕೊಂಡರು...

ನನ್ನ ಹತ್ತು ಎಕ್ಕರೆ ಜಾಗದ ಜೊತೆಗೆ ಇವರುಗಳು ಇನ್ನೂ ಎಂಟು ಎಕ್ಕರೆ ಬೇನಾಮಿ ಜಾಗಾನ ಕಬಳಿಸಿ ಅಪಾರ್ಟ್ಮೆಂಟ್ ಕಟ್ಟೋಕೆ ಶುರು ಮಾಡಿದರು. ಕಟ್ಟಬೇಕಿರೋ ಮೂರು ಸಾವಿರ ಮನೆಗಳಲ್ಲಿ ನನಗೆ ಸಾವಿರ ಮನೆ ಬರ್ಬೇಕಿತ್ತು... ಆದರೆ ಇವರು ಎಲ್ಲಾನೂ ಅರ್ಧಕ್ಕೆ ನಿಲ್ಲಿಸಿ....

ನನ್ನ ಜಾಗಾನೂ ತಿಂದರು.. ನನಗೆ ಯಾವ ಭಾಗಾನೂ ಕೊಡಲಿಲ್ಲ... ಅದಕ್ಕೆ ನನ್ನ ಜಾಗಾನ ವಾಪಸ್ಸು ಪಡೆದುಕೊಳ್ಳೋಕೆ ನೋಟೀಸ್ ತಗೊಂಡು ಬಂದೆ.. ಆದರೆ ಶಂಕರ ಇದಕ್ಕೆ ಅಡ್ಡಗಾಲು ಹಾಕಿದ..."

ಸುಮನ್ ಮಾತು ಹರಿಸಿದ "ನಮ್ಮ ಕೆಲಸಾನೇ ಅದು... ನಾವು ಈ ತರಹದ ಖಾಲಿ ಜಾಗಗಳನ್ನ ನೋಡೋದು.. ಹೀಗೆ ಅಲ್ಲಿರೋ ಎಂ ಎಲ್ ಎ, ಎಂ ಪಿ ಗಳನ್ನ ಒಳಗೆ ಕರ್ಕೊಂಡು ಅದರಲ್ಲಿ ಒಂದಿಷ್ಟು ಭಾಗ ಅಂತ ಅವರ ಪಾಲನ್ನು ಕೊಟ್ಟು ಅವ್ರು ನಮಗೆ ಯಾವ ರೀತಿಯ ತೊಂದರೆಗಳನ್ನು ಕೊಡದ

ಹಾಗೆ ನೋಡ್ಕೋಬೇಕು... ನಾವು ನಾಯ್ಡಾದಲ್ಲಿ, ಅಸ್ಸಾಂ ಅಲ್ಲಿ ಎಲ್ಲಾ ಕಡೆಲೂ ಮಾಡಿದ್ದು ಅದನ್ನೇ.... ಆದರೆ ಇಲ್ಲಿ....."

ಸುದರ್ಶನ್ ಈಗ ಮಾತು ಹರಿಸಿದ.. "ಇಲ್ಲಿಯವರೆಗೆ ಯಾರಿಗೂ ಯಾವುದನ್ನು ಎದುರು ಹಾಕಿಕೊಳ್ಳುವ ಧೈರ್ಯ ಇರಲಿಲ್ಲ... ಆದರೆ ಕಲ್ಯಾಣ್ ಅದು ಹೇಗೆ ಯಾರಿಂದ, ಎಲ್ಲಿಂದ ಇಷ್ಟೆಲ್ಲ ಸಾಕ್ಷಿಗಳನ್ನ ತಂದನೋ ಗೊತ್ತಿಲ್ಲ...

ಅದನ್ನು ಶಂಕರನಿಗೆ ತೋರಿಸಿದ... ಇಬ್ಬರು ಒಟ್ಟಾಗಿ ಅಸ್ಸಾಂಗೆ ಹೋಗಿ ಇನ್ನಷ್ಟು ದಾಖಲೆಗಳನ್ನು ಹೆಕ್ಕಿದರು... ಇದನ್ನು ನೇರವಾಗಿ ಸುಪ್ರೀಂ ಕೋರ್ಟ್ ಅಲ್ಲಿ ದಾವೆ ಹೂಡೋಕೆ ಹೊರಟಿದ್ದರು... ಇದರ ವಿಷಯ ನಾನು ಗಾಯ್ಕ್ವಾಡ್ ಗೆ ಭಯದಿಂದ ತಿಳಿಸಿದೆ" ಎಂದು ನಿಲ್ಲಿಸಿದ...

ಸುಮನ್ ಮತ್ತೆ ಮಾತು ಮುಂದುವರೆಸಿದ "ನಾವು ಅಸ್ಸಾಂಗೆ ಮುದ್ರುನನ್ನ ಕಳಿಸಿದ್ದೆವು... ಅಲ್ಲೇ ಅವರನ್ನ ಕೊಲೆ ಮಾಡೋದು ನಮ್ಮ ಉದ್ದೇಶ ಆಗಿತ್ತು... ಆದರೆ ಅಲ್ಲಿ ಕಲ್ಯಾಣ್ ಮಾತ್ರ ಸಿಕ್ಕಿದ್ದು... ಕಲ್ಯಾಣ್ ಸಿಂಗ್ ನ ಮುದ್ರು ಶಾರ್ಟ್ ಸರ್ಕ್ಯೂಟ್ ಅಂತ ಅಭಿಪ್ರಾಯ ಬರೋ ಹಾಗೆ ಕೊಲೆ ಮಾಡಿದ....

ಅಸ್ಸಾಂ ಇಂದ ಬೆಂಗಳೂರಿಗೆ ಬಂದಾಗ ಶಂಕರ ಅವರನ್ನ ಹಿಂಬಾಲಿಸಿ ಅವರಿಬ್ಬರನ್ನು ಅಪಹರಿಸಿ

ಎರಡು ದಿನ ಘೋರವಾಗಿ ಟಾರ್ಚರ್ ಕೊಟ್ಟು ಸಾಯಿಸಿದ್ವಿ... ಹೆಣಗಳನ್ನ ನಾವು ಅಂದರೆ, ನಾನು, ಮುದ್ರು ಮತ್ತು ಇನ್ಸ್ಪೆಕ್ಟರ್ ದೇವರಾಜ್ ಸಾಗಿಸಿದ್ವಿ... ಅಷ್ಟರಲ್ಲಿ ಆಕಾಂಕ್ಷ ಬಂದಿದ್ದು ಗೊತ್ತಾಯಿತು... ಅದು ದೇವರಾಜ್ ಲಿಮಿಟ್ಸ್ ನಲ್ಲಿ ಇದ್ವಿದ್ದರಿಂದ ನಾವು ಅವಳ ಮೇಲೆ ಆಪಾದನೆ ಬರುವಂತೆ ಮಾಡಿದ್ದು... ಸತ್ಯ ಹೊರ ಬರದೇ ಇರಲಿ ಅಂತ... ನನಗೆ ಅವರು ಸಮರ್ಥನ ತಂದೆ ತಾಯಿ ಅಂತ ಆಗ ಗೊತ್ತಿರಲಿಲ್ಲ... ಅಷ್ಟೇ ಅಲ್ಲ... ಇವರಿಗೆಲ್ಲ ಸಮರ್ಥ ಅನ್ನೋ ಮಗ ಅವರಿಗಿದ್ದಾನೆ ಅಂತಾನೇ ಗೊತ್ತಿರಲಿಲ್ಲ... "

ಸುದರ್ಶನ್ ಮತ್ತೆ ಮಾತು ಹರಿಸಿದ... "ನಾವು ಮೊದಲು ಶಂಕರನ ಕೊಲ್ಲೋ ಉದ್ದೇಶ ಇಟ್ಟುಕೊಂಡಿರಲಿಲ್ಲ... ಆದರೆ ಪ್ರತೀ ಸಲ ಮಾತು ಕತೆಗೆ ಕರೆದಾಗ ಅವನು ಎಲ್ಲರ ದುಡ್ಡು ವಾಪಸ್ಸು ಕೊಡು ಅಂತ ಪಟ್ಟು ಹಿಡಿದ.. ಅದಷ್ಟೇ ಆಗಿರಲಿಲ್ಲ... ಅವನು ಪ್ರಾಪರ್ಟಿನ ಇವತ್ತು ಓಡ್ತಿರೋ ಮಾರ್ಕೆಟ್ ರೇಟ್ಗೆ ಕೇಳಿದ್ದು.. ಜೊತೆಲಿ ಇನ್ನೂ ಹತ್ತು ಪರ್ಸೆಂಟ್ ಹೆಚ್ಚು ಕೊಡು ಎಲ್ಲರಿಗೂ ಅಂತ ಬಿಗಿಯಾಗಿ ಪಟ್ಟು ಹಿಡಿದ. ಆಗ ನಾವು ಗಾಯ್ಕ್ವಾಡ್ ಹತ್ತಿರ ಹೋಗಿದ್ದು..."

ಕೈಲಾಶ್ ಈಗ ಮೊದಲ ಬಾರಿಗೆ ಮಾತು ಹರಿಸಿದ (ಮಾತಾಡಿದ)... "ಸಣ್ಣ ಪುಟ್ಟ ಅಪಾರ್ಟ್ಮೆಂಟ್ ಕೊಟ್ಟು ಇತ್ತ ನನಗೆ ಹೀಗೆಲ್ಲ ಮಾಡ್ಬಹುದು ಅಂತ

ತೋರಿಸಿಕೊಟ್ಟಿದ್ದೇ ಈ ಗಾಯ್ಕ್ವಾಡ್..." ಎಂದು ಸುಮ್ಮನಾದ...

"ಅದೆಲ್ಲ ಸರಿ... ಈ ಸಿಮ್ರಾನ್ ಸಿಂಗ್ ನ ಯಾಕೆ ಸಾಯಿಸಿದ್ದು? ಈ ಸಿಸಿ ಟಿವಿ ವೈರ್ ಯಾರು ತುಂಡು ಮಾಡ್ತಾ ಇದ್ದಿದ್ದು......" ರವಿ ಕೇಳಿದ...

"ಸಿಮ್ರಾನ್ ಹತ್ರ ಸಾಕ್ಷಿ ಇದ್ದಿದ್ದು ನಮಗೆ ಗೊತ್ತೇ ಇರಲಿಲ್ಲ. ಆದರೆ ಸಿಮ್ರಾನ್ ಪೆನ್ ಡ್ರೈವ್ ತಗೊಂಡು ಸಮರ್ಥನ ಮನೆಗೆ ಹೋಗಿದ್ದು ನಮಗೆ ತಿಳೀತು... ಅವನನ್ನ ಕರೆದು ಹತ್ತು ಕೋಟಿ ಕೊಡ್ತೀವಿ ಬಿಟ್ಟು ಬಿಡು ಅಂತ ಕೇಳಿದ್ವಿ...

ಆದರೆ ಅವನು ಹತ್ತಲ್ಲ ಸಾವಿರ ಕೋಟಿ ಕೇಳಿದ.. ಅದೂ ಒಂದು ರಾತ್ರಿ ಒಳಗೆ.... ಅದಕ್ಕೆ ಅವನನ್ನು ಕೂಡ ಶಂಕರನ ಕೊಂದ ಹಾಗೆ ಕೊಂದು ತಂದು ಹಾಕಿದ್ವಿ...." ಸುಮನ್ ವಿವರಿಸಿದ...

"ನನಗೆ ಮನೆಗಳನ್ನ ಕೊಡದೇ ಇರಬಹುದು ಆದರೆ, ಗಾಯ್ಕ್ವಾಡ್ ನನಗೆ ತಿಂಗಳಿಗೆ ಎರಡು ಲಕ್ಷ ಕಳಿಸ್ತಾ ಇದ್ದರು... ನಾನು ಏನೂ ಮಾತಾಡ್ಬಾರದು ಅಂತ...

ನೀವು ನಮ್ಮನ್ನ ಅರೆಸ್ಟ್ ಮಾಡುವಾಗ ತಪ್ಪಿಸಿಕೊಂಡ ಸೆಕ್ಯೂರಿಟಿ ಗಾರ್ಡೇ ನಮಗೆ ಸಹಾಯ ಮಾಡ್ತಾ ಇದ್ದಿದ್ದು... ಅವನಿಗೆ ಶಂಕರನ ಮನೆಯ ಸಿಸಿ ಟಿವಿ ಮತ್ತು ಅದರ ವೈರ್ ಗಳ ಬಗ್ಗೆ ಸರಿಯಾಗಿ

ಗೊತ್ತಿರಲಿಲ್ಲ... ಹಾಗಾಗಿ ನಿಮಗೆ ನಾವು ಆ ಸಾಕ್ಷಿ ಬಿಟ್ಟಿದ್ದು....." ಎಂದ ಸತೀಶ ಚಕ್ರವರ್ತಿ....

"ಇನ್ನೇನಾದ್ರೂ ಹೇಳೋದಿದ್ಯ?" ಕೇಳಿದ ಕ್ರಿಸ್ಟೋಫರ್....

ಇಷ್ಟೆಲ್ಲ ಆದರೂ ಗಾಯ್ಕ್ವಾಡ್ ಏನೂ ಮಾತಾಡಲಿಲ್ಲ.... ಅವನಿಗೆ ಪಾಪದ ಪ್ರಜ್ಞೆ ಇರುವ ಹಾಗೆ ಕಾಣಲಿಲ್ಲ ಕೂಡ...

"ಸ್ವಾಮಿ... ಇದನ್ನೆಲ್ಲ ಬರ್ಕೊಂಡರೇನ್ರಿ.... ಆ ವಿಡಿಯೋ ರೆಕಾರ್ಡಿಂಗ್ ಮತ್ತು ವಾಯ್ಸ್ ರೆಕಾರ್ಡಿಂಗ್ ತಗೊಂಡು ಬನ್ನಿ ಬರ್ತಾರೆ.... ಹಾಗೇ ಈ ಸ್ಟೇಟ್ ಮೆಂಟ್ ಅವರಗಳ ಕೈಲಿ ಸೈನ್ ಮಾಡಿಸ್ಕೊಳಿ...." ರವಿ ಆದೇಶಿಸಿದ.

ಕಮಿಷನರ್ ಮುಕುಂದ "ಕ್ರಿಸ್ಟೋಫರ್" ಎಂದ... ಮಾತು ಮುಂದುವರೆಸಿ... "ಆ ದೇವರಾಜ್ ಅನ್ನ ಅರೆಸ್ಟ್ ಮಾಡ್ರಿ.....

ವಿಚಾರಣಾ ಕೊಠಡಿಯಿಂದ ರವಿ, ಸ್ವಾಮಿ, ಮುಕುಂದ, ಕ್ರಿಸ್ಟೋಫರ್ ಹೊರಗೆ ಬಂದರು...

ಸಮರ್ಥ "ಸರ್ ಏನಾದ್ರೂ ಗೊತ್ತಾಯಿತಾ?" ಪ್ರಶ್ನಿಸಿದ ರವಿಗೆ.

"ಬನ್ನಿ" ಎಂದು ಒಳ ಕರೆದ ರವಿ. ಒಳಗೆ ಕೂರಿಸಿ, ವಿಚಾರಣೆ ನಡೆಸಿದ ಆಡಿಯೋ ಕೇಳಿಸಿದ.

ಸಮರ್ಥನ ಮನಸ್ಸು ಒದ್ದಾಡಿತು... ನ್ಯಾಯಕ್ಕಾಗಿ ಹೋರಟ ಮಾಡಿ ಸತ್ತರೆಂದು ತಿಳಿದು ನೊಂದ....

"ರವಿ ಅವರೇ.... ಮುದ್ರು ಎಲ್ಲಿ....?" ಪ್ರಶ್ನಿಸಿದ ಸಮರ್ಥ.

"ಶವಾಗಾರಾದಲ್ಲಿ...." ಎಂದ ರವಿ ಒಂದೇ ಮಾತಿನಲ್ಲಿ... ಮಾತು ಮುಂದುವರೆಸಿದ "ಅವನ ಬಗ್ಗೆ ನಮಗೆ ಗೊತ್ತಿದ್ದರಿಂದ ನಾವು ಇಪ್ಪತ್ತೈದು ಜನ ಹೋಗಿದ್ದು.... ಅಲ್ಲಿ ಹೊಡೆದಾಟದಲ್ಲಿ ಅವನ ನಮ್ಮ ಕಡೆಯ ಐದು ಜನರನ್ನು ಕೊಂದ... ಬೇರೆ ದಾರಿಯಿಲ್ಲದೇ ಅವನ ಎನ್ ಕೌಂಟರ್ ಮಾಡಿದ್ವಿ.... ಕಮಿಷನರ್ ಮುಕುಂದ ಅವರೇ.. ಫೈರ್ ಮಾಡಿದ್ದು....." ದಿಟ್ಟವಾಗಿ ಉತ್ತರಿಸಿದ......

ಹಿನ್ನುಡಿ

ಗಾಯ್ಕ್ವಾಡ್, ಸತೀಶ್ ಚಕ್ರವರ್ತಿ, ಸುದರ್ಶನ್ ಗೌಡ ಹಾಗೂ ಸುಮನ್ ನ್ಯಾಯಾಲಯದ ಒಳಗಿದ್ದರು ಕಟಕಟೆಯಲ್ಲಿ. ಘನ ನ್ಯಾಯಾಲಯ ಸಾಕ್ಷಿಗಳನ್ನು ಪರಿಶೀಲಿಸಿ... ವಾದ-ವಿವಾದ ಆಲಿಸಿತ್ತು... ಪ್ರಕರಣದ ವಿಚಾರಣೆ ಎಂಟು ತಿಂಗಳು ನಡೆಯಿತು...

ಗಾಯ್ಕ್ವಾಡ್ ಗೆ ಜೀವಾವಧಿ ಶಿಕ್ಷೆ ನೀಡಿತ್ತು. ಮತ್ತು ಎಲ್ಲಾ ಫ್ಲಾಟ್ ಓನರ್ ಗಳಿಗೆ ಶಂಕರನ ಬೇಡಿಕೆಯಂತೆ ದುಡ್ಡು ಹಿಂದಿರುಗಿಸಲು ಆದೇಶಿಸಿತು.. ಆದ್ರೆ ಈ ಬಾರಿ ಶೇಕಡ ಹತ್ತರಷ್ಟಲ್ಲ... ಬರೋಬ್ಬರಿ ಇಪ್ಪತ್ತರಷ್ಟು ಹೆಚ್ಚು ಕೊಡಲು ಆದೇಶಿಸಿತು...

ದೇವರಾಜ್ ತಲೆಮರೆಸಿಕೊಂಡಿದ್ವನ್ನು ಗಮನಿಸಿ ನ್ಯಾಯಾಲಯ ಅವನಿಗೆ ವಾರೆಂಟ್ ಹೊರಡಿಸಿತು...

ಸುಮನ್, ಕೈಲಾಶ್, ಸುದರ್ಶನ್ ಹಾಗೂ ಸತೀಶನಿಗೆ ನ್ಯಾಯಾಲಯ ಏಳು ವರ್ಷಗಳ ಕಾಲ ಕಠಿಣ ಕಾರಾಗೃಹ ಶಿಕ್ಷೆ ವಿಧಿಸಿತು....

ಈ ಸುದ್ದಿ ಕಾಡ್ಗಿಚ್ಚಿನ ಹಾಗೆ ಹಬ್ಬಿ ಇನ್ಕಮ್ ಟ್ಯಾಕ್ಸ್ ಮತ್ತು ಜಾರಿ ನಿರ್ದೇಶನಾಲಯ ಕಾರ್ಯ ಪ್ರವೃತ್ತರಾಗಿ ಗಾಯ್ಕ್ವಾಡ್ ಹಾಗೂ ಸುದರ್ಶನ್

ಅವರ ಮನೆ, ಕಚೇರಿ ಎಲ್ಲೆಡೆ ದಾಳಿ ಮಾಡಿದರು... ಅವನ ಸಂಪತ್ತು, ಖಾತೆ ಎಲ್ಲವನ್ನೂ ವಶಪಡಿಸಿಕೊಂಡರು...

ವರ್ಷವಾಯಿತು... ಇಷ್ಟೆಲ್ಲ ನಡೆದು... ಸಮರ್ಥ ಆಕಾಂಕ್ಷಾಳನ್ನು ವರಿಸಿದ. ಆಸ್ಟ್ರೇಲಿಯಾಗೆ ಮತ್ತೆ ಹೊರಟ.. ಹೊಸ ಜೀವನ ಶುರುಮಾಡಿದ.

ಅಜಯ್ ಹಾಗೂ ಪ್ರಣೀತ ಏರ್ ಪೋರ್ಟ್ ಗೆ ಅವರನ್ನು ಬೀಳ್ಕೊಡಲು ಬಂದಿದ್ದರು

ಲೇಖರ ಬಗ್ಗೆ

ಲೋಹಿತ್ ಶ್ರೀನಿವಾಸ

ಲೋಹಿತ್ ಶ್ರೀನಿವಾಸ ಇವರು ಕಾರ್ಪೊರೇಟ್ ಕಂಪನಿಯೊಂದರಲ್ಲಿ ಮ್ಯಾನೇಜರ್ ಆಗಿ ಕಾರ್ಯ ನಿರ್ವಹಿಸುತ್ತಿದ್ದಾರೆ... ಒಬ್ಬ ಉತ್ಸಾಹಿ ಯುವ ಬರಹಗಾರ.

ಮುಖಪುಟದಲ್ಲಿ "ನನ್ನ ಸಾಲುಗಳು" ಎಂಬ ಹಾಳೆ ತೆರೆದಿದ್ದು ಅದರಲ್ಲಿ ಸುಮಾರು ಇನ್ನೂರಕ್ಕೂ ಹೆಚ್ಚು ಕವಿತೆಗಳನ್ನು ರಚಿಸಿದ್ದಾರೆ.

ಕನ್ನಡ ಮಾತ್ರವಲ್ಲದೇ ಇಂಗ್ಲೀಷ್ ಭಾಷೆಗಳಲ್ಲೂ ಕೂಡ ಇವರು ಸಧ್ಯ ಎರಡು ಕಾದಂಬರಿಗಳನ್ನು (ದಿ ಮೇಜ್ ಅನ್ವೈಲ್ಡ್ ಮತ್ತು ಸ್ಟಾರ್ಟ್ ಅಪ್) ಬರೆದಿದ್ದಾರೆ.

ಇವರ ಬರವಣಿಗೆಯ ವೈಶಿಷ್ಟ್ಯ ಏನೆಂದರೆ ನಮ್ಮ ನಿಜ ಜೀವನದಲ್ಲಿ ಆಗಿ ಹೋಗುವ ಘಟನೆಗಳನ್ನ,

ಮತ್ತು ಅದರ ಸಾರಗಳನ್ನು ನಮಗೇ ಹೊಸ ರೂಪದಲ್ಲಿ ಕಾಲ್ಪನಿಕದಂತೆ ನಿರೂಪಿಸಿರುವುದು.

Website: www.lohithsrinivasa.com

ಲೇಖಕರ ಕೃತಿಗಳು

The MAZE Unveiled

Get ready for a riveting story that delves into the disintegration of a once unbreakable bond between friends, interwoven with a captivating love triangle filled with unexpected twists and turns.

As a woman finds herself trapped in the bewildering maze of a brothel, a group of friends becomes entangled in a scandalous scheme that ensnares ordinary people through a mysterious application.

Now, our protagonist witnesses her dear friend falling victim to these captors. Fueled by an unyielding determination, she embarks on a mission to rescue her friend and guide her back to the realm of safety.

Will she succeed in her daring rescue? Can she reclaim her own shattered life?

MAZE UNVEILED 2
COMING SOON

STARTUP: Innovation, Deception and Triumph

Get ready for a captivating tale that intertwines the themes of innovation, deception, and triumph. Meet Naveen, a determined young man who dreams of starting his own business right after college. However, his plans take an unexpected turn when his university's systems are hacked, leaving him desperate to regain control.

Despite being just a college student, Naveen refuses to give up. Inspired by his girlfriend's brilliant idea, he sets out to develop an app that can freeze the hacker's system. With each twist and turn in the story, Naveen's innovative solution becomes the target of someone else's greed, who wants to claim it for their own startup funding.

Will Naveen be able to outsmart these deceptive individuals and reclaim his rightful invention? Will his dream of starting a successful startup finally come true? Join us on this enthralling journey to find out.

Skyline People's Heaven Apartment
Flat A 123025 – A case of a double murder

Nestled in the heart of Bangalore, Skyline People's Heaven Apartment, known to its inhabitants simply as "Flat A 123025," was a place of tranquility and prosperity. The modern high-rise stood tall against the city's skyline, its glass façade reflecting the bustling energy of Bangalore. For Samarth, it was a sanctuary, a place where he grew up with his loving parents. However, that idyllic existence was shattered in an instant, leaving behind a legacy of tragedy and secrets.

As the dawn broke over the city, Samarth awoke to find his world torn apart. The previous night, his parents were brutally murdered in their own apartment. The scene was one of chaos and confusion, with police officers swarming the area, neighbors peering out from their doors, and whispers of shock and disbelief echoing through the corridors.

As Samarth grappled with the enormity of his loss, he was confronted with an even more shocking revelation: his girlfriend, Akanksha, stood accused of the heinous crime. The evidence was damning, the motive unclear. Samarth's emotions were in turmoil, torn between the woman he loved and the suspicions that surrounded her.

Driven by a desperate need for answers, Samarth embarked on a journey to uncover the truth. What he discovered was a world far removed from the comfort and security of his childhood home. The real estate mafia, a powerful and elusive force, was entangled in a web of corruption and deceit that reached into every corner of the city.